மணவாழ்வின் வெற்றிக்கும் மகிழ்ச்சிக்கும்

சி.எஸ். தேவநாதன்

விஜயா பதிப்பகம்
20, ராஜ வீதி,
கோயம்புத்தூர் - 641 001.
www.vijayapathippagam.com

மணவாழ்வின் வெற்றிக்கும் மகிழ்ச்சிக்கும்
Manavazhvin Vetrikkum Makilchikkum
ஆசிரியர் : **சி.எஸ். தேவநாதன்**
இரண்டாம் பதிப்பு : 2022

விஜயா பதிப்பகம்
20, ராஜ வீதி, கோயம்புத்தூர் - 641 001.
✆ 0422 - 2382614 / 📱 90470 87053
vijayapathippagam2007@gmail.com

ஒளியச்சு / புத்தக வடிவமைப்பு : ஐரிஸ் கிராபிக்ஸ், கோவை.
அட்டை வடிவமைப்பு : மௌஸ் பாய்ண்ட், சென்னை.
அச்சாக்கம் : ஜோதி எண்டர்பிரைசஸ், சென்னை - 5.
ISBN - 81-8446-857-1 / பக்கம் : 160 / விலை : ரூ.120/-

முன்னுரை

கிரேக்க ஞானி சாக்ரட்டீஸிடம் யாரோ கேட்டார்கள் 'எது நல்லது திருமணமா? திருமணம் செய்து கொள்ளாமல் இருப்பதா?' என்று. சாக்ரட்டீஸ் சிரித்தபடி சொன்னார், 'நீங்கள் எதைச் செய்தாலும் கடைசியில் அதற்காக வருத்தப்படுவீர்கள்' என்று. அதே கேள்வி மற்றொரு சந்தர்ப்பத்தில் கேட்கப்பட்டபோது அவர் சொன்னார், 'எதுவானாலும் சரி, திருமணம் செய்துகொண்டு விடுங்கள். உங்களுக்கு நல்ல மனைவி கிடைத்தால் நீங்கள் நிரம்பவும் மகிழ்ச்சியாக இருப்பீர்கள். அவள் கொடியவளாக இருந்தால் நீங்கள் தத்துவஞானியாகி விடுவீர்கள்' என்று.

'ஆணோ பெண்ணோ எல்லாருடைய வாழ்க்கையும் திருமணத்துக்குப் பின்பே முழுமையடையும்' என்பார்கள். ஆனால், திருமணம் தன்னளவில் முழுமையானதல்ல. திருமணம் செய்து கொள்கிற இருவரிடமும் 'ப்ளஸ் பாயிண்ட்'கள் போலவே 'மைனஸ் பாயிண்ட்'களும் இருக்கும். படிப்படியாகத்தான் அவர்களுடைய வாழ்க்கை சீர்த்தன்மை அடையப்பெறும்.

உங்கள் திருமணத்துக்கு முன்பிருந்த வாழ்க்கையல்ல, திருமணத்துக்குப்பின்பு நீங்கள் வாழ்வது. தற்போது இந்த வாழ்க்கையில் இன்னும் இரண்டு கண்களும், இன்னுமோர் இதயமும் இணைந்து கொண்டது.

'நீங்கள் புதிது புதிதாய் பார்க்கிறீர்கள்
புதிதாய் பலவற்றைத் தெரிந்துகொள்கிறீர்கள்
நேற்று கண்ட உலகமல்ல
இன்று நீங்கள் காண்பது'.

இதற்குமுன் இருந்திராத மகிழ்ச்சியும், புத்துணர்ச்சியும் உங்களை வந்தடைந்திருக்கிறது. பல இனிய அனுபவங்கள் உங்களுக்காகக் காத்திருக்கிறது.

வசந்தம் உங்கள் வாசலுக்குள் நுழைந்துவிட்டது. வண்ணப் பூக்களின் வாசமும் மென்காற்றும் உங்களை இன்பக் கனவுகளில் ஆழ்த்திவிடும். இன்னொரு சொர்க்கம் உங்கள் இருவர்க்காக இங்கே உருவாகி விட்டிருக்கும்.

ஆனால், வாழ்க்கை தனது எல்லாப் பக்கங்களிலும் மகிழ்ச்சிக்குரிய செய்திகளையே வைத்திருப்பதில்லை. வருத்தம், கவலை போன்ற நிலைகளும் உண்டு.

உங்கள் கவலைகளை மாற்றி மகிழ்ச்சியை நிலைப்படுத்திக் கொள்ளவும், உறவை மேம்படுத்திக் கொண்டு வெற்றிகளைக் குவிக்கவும் இந்நூல் வழிமுறைகளைக் கொண்டிருக்கிறது. கணவன் மனைவியின் கடமைகள் என்னென்ன, தங்களிடையே நேசத்தை அவர்கள் எப்படி வளர்த்துக் கொள்வது என்பதையும் இந்நூல் விளக்குகிறது. மணவாழ்வின் அநேக பிரச்சனைகளையும் (பாலியல் சார்ந்தவை உட்பட) உளவியல் அடிப்படையில் ஆராய்ந்து உரிய தீர்வுகளும் முன்வைக்கப்பட்டிருக்கின்றன.

மணவாழ்வில் முன்பே பிரவேசித்து விட்டவர்களுக்கும் மணவாழ்வில் புதிதாய் காலடி வைப்பவர்களுக்கும் பயன் தரும் நூலிது.

இனி உங்கள் வாழ்வின் எல்லா நாளும் வசந்தமே.

பண்பாளரும், பதிப்பாளருமான ஐயா திரு. மு. வேலாயுதம் அவர்களின் ஊக்குவிப்பிற்கு அநேக நன்றிகள். நூல் உருவாக்கத்தில் தங்கள் பங்களிப்பை வழங்கிய அன்பர்களுக்கு எனது வாழ்த்துகள்.

எப்போதும் போலவே விஜயா பதிப்பகம் இந்நூலை நேர்த்தியான முறையில் வெளியிட்டிருக்கிறது. மதிப்பிற்கு உரிய தம்பி சிதம்பரம் அவர்களுக்கு எனது அன்புடன் கூடிய பாராட்டுகள்.

சி.எஸ். தேவநாதன்

உட்பொதிவு

1.	கணவனை உருவாக்கும் மனைவி	7
2.	வழிமாறிச் செல்லும் கணவன்	13
3.	அவர் ஏன் பேசமாட்டேங்கறார்?	17
4.	தடையாகும் தாழ்வு மனப்பான்மை	21
5.	கணவனிடம் குறைகாணும் மனைவி	25
6.	வேலைக்குப் போகிற மனைவி	28
7.	மனைவியைக் குறைகூறும் கணவன்	33
8.	பொங்கும் எரிமலையாய்	39
9.	மனைவியைத் துன்புறுத்தும் கணவன்	45
10.	அவரை எப்படி வழிக்குக் கொண்டுவருவது?	50
11.	உறவு மேம்பட என்ன வழி?	55
12.	மேடம், உங்களோட பங்களிப்பு	60
13.	ஆண்களும் பெண்களும் - சில மதிப்பீடுகள்	66
14.	பாலியல் - ஒரு கண்ணோட்டம்	72
15.	உங்கள் எல்லைகளை உணர்ந்தவராயிருங்கள்	90
16.	இந்த நாள் அன்றுபோல்...	96
17.	காதல் திருமணம் - வெற்றியா, தோல்வியா?	106

18.	மோதல் தேவையா, காரணம் சரியா?	110
19.	மணவிலக்கு தேவையா?	115
20.	அன்பே அகத்திற்கு அழகு	120
21.	நேசத்தை எப்படி அதிகரிப்பது?	125
22.	மனதாரப் பாராட்டுங்கள்	130
23.	பேசுங்கள், கேளுங்கள்	133
24.	ஒன்றாகச் செலவிடும் நேரங்கள்	139
25.	மகிழ்ச்சியான மணவாழ்க்கை	144
26.	வெற்றி இரகசியங்கள்	152

1

கணவனை உருவாக்கும் மனைவி

மணவாழ்க்கை என்பது ஒரு ஆணையும் பெண்ணையும் உடல் மனரீதியாக இணைப்பது. இருவரிடையே உண்டாகிற இணக்கந்தான் அந்த வாழ்க்கையை இனிக்கச் செய்கிறது. எனினும், வாழ்க்கையை மணக்கச் செய்கிறவள் மனைவி என்பதே உண்மை. அந்த மணத்தை நுகர்கிறவன் ஆண்.

தன் கடமைகளை நன்கு புரிந்துகொண்டு, சரிவரச் செயல்படுகிறவளே நல்ல மனைவி.

'அவள் உன்னதமானவள்,
அவளால் உன்னதம் பெறுகிறது
அவனுடைய வாழ்க்கை'

மணவாழ்க்கை ஒன்றும் சொகுசுப் பாதையல்ல, கண்ணை மூடிக்கொண்டு கனவேகத்தில் பயணிப்பதற்கு. அதில் மேடு பள்ளங்கள் உண்டு; இரண்டையும் சமமாய் ஏற்றுத்தான் பயணிக்க வேண்டியிருக்கும். ஏற்ற, இறக்கங்களுக்கேற்ப (இன்ப துன்பங்கள்) வேகத்தைக் கூட்டியும், குறைத்தும் செல்ல வேண்டும்.

இருவரும் சமம்! இருவரும் ஒன்றே!

தன்னுடைய கடமைகளைச் சரிவரச் செய்கிற பெண்ணுக்கு தன் உரிமைகளைப் பயன்படுத்திக் கொள்கிற தகுதி இருக்கிறது. அவளது உரிமைகளை மறுக்கிற அதிகாரம் ஆணுக்கில்லை. பெண்ணின் உரிமைகளுக்குத் தடைபோடுகிற ஆண் அவளுடைய வாழ்க்கையை மட்டுமின்றி தன்னுடைய வாழ்க்கையையும் நாசமாக்கி விடுகிறான்.

'ஆணைவிட பெண் தாழ்ந்தவள் அல்ல,
பெண்ணைவிட ஆண் உயர்ந்தவன் அல்ல'

இருவரும் சமம் என்கிற உணர்வுதான் இருவரிடையே நெருக்கத்தை உண்டுபண்ணும். எத்தகைய தடைகளையும், இடர்ப்பாடு களையும் அவர்கள் கடப்பதற்கு அவர்களிடையே 'நாம் இருவரும் ஒன்று' என்கிற மனப்பான்மை இருந்தாக வேண்டும்.

வெற்றி என்பது எல்லாத் துறைகளிலும் செயல் நோக்கமாய், இறுதியில் எட்டப்படுகிற இலக்காய் அமைவது.

இந்த வெற்றி உழைப்பின் பயன், மகிழ்ச்சியைத் தருவது. நம் திறமைக்கு அடையாளம், உயர்வுக்கு வகை செய்வது.

படிப்பு, வேலை, தொழில் இவற்றில் வெற்றிபெற உழைக்கிற நாம், மணவாழ்க்கையில் வெற்றிபெறவும் உழைக்க வேண்டுந்தானே.

கணவன் மனைவியிடையே ஒருமித்த கருத்து இருந்தால்தான் மணவாழ்க்கை வெற்றிகரமாக அமையும். மணவாழ்க்கை தீர்மானிக்கிறது ஒரு ஆணின் உயர்வை, இருவரின் மகிழ்ச்சியை, இருவரும் கூடிப்பெற்ற குழந்தைகளின் பாதுகாப்பை.

எல்லாம் அவள் கையில்

மணவாழ்க்கையில் கிடைக்கிற மகிழ்ச்சி வாழ்வின் மற்ற துறைகளில் பெறுகிற வெற்றிகளுக்கு செயலூக்கமாய் அமையும்.

'மகிழ்ச்சியற்றவர்களின் திறமை
மங்கிப்போகும்,
மகிழ்ச்சியே உங்கள் ஆற்றலுக்கான
உந்துசக்தி'

தானும் மகிழ்ச்சியாயிருந்து, தன் குடும்பத்தையும் மகிழ்ச்சியாக வைத்துக்கொள்வது மனைவியின் பொறுப்பு.

திருமணத்துக்கு முன், இளமைக்கேயுரிய சலனங்கள் பெண்ணின் மனதை அலைக்கழித்திருக்கும். யாரோ ஒரு இளைஞன்பால் ஈர்ப்பு ஏற்படுவதும், காதல் உணர்வு கொள்வதும் இயல்புதான்.

எல்லாக் காதலும் வெற்றிபெற்று விடுவதில்லை. காரணம், உண்மையில் காதலின் வரையறை யாருக்கும் தெரியாது (காதலுக்கு வரையறை இருந்தால்தானே அவர்கள் தெரிந்து வைத்துக் கொள்வதற்கு!)

காதலைப்பற்றியும் காதலித்தவனைப் பற்றியும் பெண் புரிந்து கொள்வதற்குள் அந்தக் காதல் கைவிட்டுப் போய்விடும். அவளது மனம் 'புயல் கடந்த பூமி'யாகி விடும்.

திருமணத்துக்கு முன் நேர்ந்த கசப்பான அனுபவங்களை, மணவாழ்வில் காலடி வைக்கும் பெண் முற்றாக மறந்துவிட வேண்டும்.

கணவனிடம் பற்றுறுதி (Loyalty) கொண்டு வாழ்வதே மனைவியின் முதற்கடமை.

கண்ணுக்கும் மனதுக்கும் நிறைவாக...

'காக்கைகூட முறுவலிக்கும்
கழுதைகூட அழகாயிருக்கும்'

- அவற்றின் இளமைப் பருவத்தில். எல்லாப் பெண்களும் தங்கள் இளமைப் பருவத்தில் அழகானவர்கள்தாம். நிறம், உடல்வாகு இவற்றை மீறி ஏதோ ஒரு அழகு அவர்களிடம் இருக்கும். தங்கள் அழகு பற்றிய உணர்வு கொண்ட பெண்கள் அந்த அழகைப் போற்றிப் பாதுகாப்பதில் கருத்தாயிருப்பார்கள். அழகுணர்ச்சி இல்லாத பெண் அழகைப் பராமரிப்பதில் அக்கறை காட்ட மாட்டாள்.

கணவனை எளிதில் கவர பெண் அவனுடைய கண்ணுக்கு அழகாய் தோன்றவேண்டும். அவள் தன்னுடைய அழகைச் சாதனமாக்கி அவனுடைய மனதைக் கொள்ளையடிக்கலாம். அந்த அழகை ஆயுதமாக்கி அவன் வாழ்க்கையைப் பாழாக்கிவிடக் கூடாது.

மனைவியின் அழகு கணவனை எப்போதும் கைக்குள் வைத்துக் கொள்ள உதவும். அழகற்ற மனைவியின் கணவனோ அவளது கையைவிட்டுப் போய்விடுவான். அப்படியானால், அழகில்லாத பெண்களெல்லாம் வாழ்க்கையில் தோற்கத்தான் வேண்டுமா? என்ற கேள்வியெழும். தங்கள் கணவனின் கண்ணுக்கும், மனதுக்கும் அவர்கள் நிறைவாகத் தோற்றமளிக்க முடிந்தாலே போதும்.

சி.எஸ். தேவநாதன்

சில பெண்கள் தங்கள் கணவர் அலுவலகம் செல்லும்போதும், மாலையில் அலுவலகத்தில் இருந்து அவர் வீடு திரும்பும்போதும் தங்களுடைய முகத்தையும், தோற்றத்தையும் சீராக வைத்துக் கொள்வ தில்லை. இல்லத்தரசிகள் தங்களை எப்போதும் 'பிஸி'யாகக் (Busy) காட்டிக்கொள்ளவே முயல்வார்கள். அதனால் தங்களுடைய கலைந்த தலை, கசங்கிய உடை, களைப்படைந்த முகம் குறித்து அவர்கள் அக்கறை காட்டுவதில்லை. தங்கள் கணவரின் முகமும் மனதும் சுளிப்படைய தாங்களே காரணம் என்பதை அவர்கள் அறியமாட்டார்கள்.

முகம் கழுவி, மாற்றுடை அணிந்து, கூந்தலை சீர்செய்து, புன்னகையும் இன்சொல்லுமாய் உபசரிக்கும் மனைவியை எந்தக் கணவனும் வெறுக்க மாட்டான்.

அலுவலக வேலைப் பிரச்சனைகளால் அலுப்புற்று சலிப்புடன் வீடுதிரும்பும் கணவனை உற்சாகமான மனநிலைக்குக் கொண்டுவரும் கடமை அவளுக்கிருக்கிறது. வேலை, குழந்தைகள் என்று காரணம் காட்டி அந்தக் கடமையை அவள் தட்டிக் கழித்துவிடக் கூடாது.

கண்கவர் தோற்றத்தைப் பெற அடிக்கடி அழகுசாதன நிலையத்துக்குப் போயாக வேண்டுமென்பதில்லை. அழகு சாதனங் களை அதிகம் பயன்படுத்தவோ, மணிக்கணக்கில் ஒப்பனை செய்து கொள்ளவோ தேவையில்லை. அளவாக உண்டு, கொஞ்சம் உடற்பயிற்சி செய்தாலே போதும்.

சில பெண்கள் ஒரு குழந்தைக்குத் தாயானதுமே தங்கள் அழகு, இளமை, உடல்வாகு பற்றியெல்லாம் கவலைப்படுவதில்லை. தங்கள் அலட்சியத்தின் காரணமாய் ஒன்று, ஓரேயடியாய் பருமனாகி விடுவார்கள் அல்லது படுநோஞ்சானாகி விடுவார்கள். முறையற்ற உணவுக் கட்டுப்பாடு, தவறான உணவுப்பழக்கம் இவற்றால் பிரச்சனைதான்.

பெண் தன்னுடைய உடலமைப்பை, நிறத்தைப் பராமரிப்பதுடன், தனது உடல்வாகிற்கும் நிறத்துக்கும் பொருத்தமான உடையணிவதும் அவளுடைய அழகான தோற்றத்துக்கு உதவும்.

அன்பே வாழ்வின் அடித்தளம்

கணவனுக்கு தன் மனைவியைக் கண்கலங்காமல் வைத்துக் கொள்கிற பொறுப்பு உண்டு. அதேபோல் மனைவிக்கும் தன் கணவனை மகிழ்ச்சியாய் வைத்துக்கொள்கிற பொறுப்பு உண்டு.

உடலுறவு மணவாழ்வின் மகிழ்ச்சிக்கு அடிப்படை. உடலுறவில் பிரச்சனை ஏற்பட்டால் மணவாழ்வின் வெற்றி ஐயத்துக்குரியதாகி விடும். ஆனால், உடலுறவைப் போலவே மன உறவும் வாழ்வின் அடித்தளத்தை வலுப்படுத்துகிற முக்கியக் காரணியாகும். மண உறவை நெறிப்படுத்துவது, இருவரையும் வழிநடத்துவது அவர்கள் கொண்ட மாறாத அன்பேயாகும்.

'அன்பைக் கொடுத்து, அன்பைப் பெற்று
இன்புறு வாழ்வே இனிய வாழ்வு'

திருமணத்துக்கு முன் தாயன்பில் தழைத்த ஆண்; தன் திருமணத்துக்குப் பின் அந்த அன்பைத் தனது மனைவியிடம் இருந்து எதிர்பார்க்கிறான். அதனால்தான், 'ஒரு பெண்ணின் முதல் குழந்தை அவளுடைய கணவன்' என்கிறார்கள்.

'உங்கள் கணவரை அவருடைய குறைகளோடு ஏற்றுக் கொள்ளுங்கள். முரண்டுபிடிக்கிற குழந்தைகளை அன்பும் பரிவும் காட்டி எப்படி வழிக்குக் கொண்டு வருவீர்களோ அப்படியே கணவனையும் அன்பால் வசப்படுத்தி விடலாம்'.

ஒருவரையொருவர் புரிந்து கொள்வதும் (Mutual understanding), ஒருவருக்கொருவர் விட்டுக் கொடுப்பதும் (Adjustment) மணவாழ்வை வெற்றிகரமானதாக ஆக்கிவிடும். தன்னுடைய வாழ்க்கைத்துணை தன்னோடு ஒத்துப்போகிறவர் என்பதே ஒருவரைப் பெருமிதமடையச் செய்யும். அவருக்குள் ஊற்றெடுக்கிற அன்பு பிரவாகமெடுக்கும்.

நிர்வாகத் திறமை

நாட்டுப்புறத்தில் ஒரு சொலவடை உண்டு - 'அஞ்சும் பத்தும் சரியாக இருந்தால் அறியாத பெண்ணும் கறி சமைப்பாள்' என்று. இது அவள் நடத்துகிற வாழ்க்கைக்கும் பொருந்தும். சமையல் திறனைப் போலவே, பணத்தை நிர்வகிக்கிற திறனும் அவளிடம் இருக்க வேண்டும். பணம் சேமிப்பில் இருந்தால்தான் விரும்பியவைகளைப் பெறமுடியும், இடர்ப்பாடுகளை எதிர்கொள்ள முடியும்.

அக்கம்பக்கத்துப் பெண்களிடம் போட்டி போட்டு தங்கள் அந்தஸ்தை நிலைநாட்ட முயலும் மனைவியர் தங்கள் கணவரை

கடன்காரராக்கி விடுவார்கள். அமெரிக்க முன்னாள் அதிபர் ஆபிரகாம் லிங்கன், தன் மனைவியின் ஊதாரித்தனத்தில் கடன்காரராக நேர்ந்தது. அவருடைய மனைவி மேரி, வருவாய்க்குட்பட்டு செலவு செய்பவராக இருந்திருந்தால் அவர் நிம்மதியை இழந்திருக்க மாட்டார்.

தன் கணவனைச் சிறந்த மனிதனாக உருவாக்கி சமூகத்தில் தலைநிமிர்ந்து நடக்கச் செய்வதும், தங்கள் இல்லறத்தை இனிமை யாக்குவதும் மனைவியின் கையில்தான் இருக்கிறது.

2

வழிமாறிச் செல்லும் கணவன்

எடுத்ததற்கெல்லாம் கணவனையே எதிர்பார்த்திருக்கும் மனைவி உண்டு. எல்லாவற்றுக்கும் மனைவியையே சார்ந்திருக்கும் கணவன் உண்டு. ஆனால், இதற்கு நேர்மாறான அமைப்பும் இருக்கவே செய்கிறது.

பருகப் பருகத் திகட்டும் பால்போல், பழகப்பழக உறவு புளித்துப் போகிறது சில கணவன்மார்களுக்கு. அவர்கள் வெகுசீக்கிரமோ சில ஆண்டுகள் கழித்தோ சலிப்படைந்து விடுகிறார்கள். தன் எதிர்பார்ப்புகளுக்கு ஏற்ப மனைவி அமையவில்லை என்று அவன் நினைத்திருக்கலாம். அல்லது அவளிடம் இல்லாத ஏதோ ஒரு அம்சத்தை அவன் இன்னொரு பெண்ணிடம் கண்டிருக்கலாம்.

பொறுப்புள்ள கணவன் தன் மணவாழ்வில் காணும் சின்னச் சின்ன குறைபாடுகளை, மனைவியிடம் ஏற்படும் மனவேறுபாடுகளை உடனுக்குடன் சரிசெய்து கொண்டு விடுவான். பொறுப்பில்லாதவனும், நெறிமுறைகளைப் பொருட்படுத்தாதவனுந்தான் ஒரு பெண்ணை (மனைவி)

வெறுக்கவும், இன்னொரு பெண்ணை விரும்பவும் செய்தான். ஆக, அவனுடைய தவறான போக்கு இரண்டு பெண்களின் வாழ்விலும் புயல்வீசச் செய்துவிடும்.

சில நிகழ்வுகளில் கணவன் துரோகச் செயல்களுக்கு மனைவியின் அலட்சியமும் காரணமாக இருந்துவிடுவதுண்டு. அவள் அவனிடம் போதிய அன்பு காட்டவோ, அவனை மதித்து நடக்கவோ தவறி யிருப்பாள். அவனுடைய விருப்பங்களை, எதிர்பார்ப்புகளை அவள் மதித்து நடந்திருக்க மாட்டாள்.

தன் கணவன் தனக்குத் துரோகம் செய்வதை எந்தப் பெண்ணும் தாங்கிக்கொள்ள மாட்டாள். அவனை எப்படி வழிக்குக் கொண்டு வருவது என்றோ, தன்னிடம் உள்ள குறைகள் என்னவென்றோ அவள் ஆராய முற்படுவதில்லை. அவனை எப்படியாவது தண்டித்துவிட வேண்டும் என்பதில் முனைப்பாக இருப்பாள். அது அவளை வழி தவறிப் போகச் செய்வதாகவோ, விவாகரத்து அல்லது தற்கொலை செய்துகொள்வதாகவோ முடியும்.

மூன்றாவது நபரை அனுமதிக்கலாமா?

வாழ்க்கை நம் கைமீறிப் போகும் சந்தர்ப்பங்கள் இருக்கக் கூடும். அப்படிக் கைமீறிப் போகாமல் முன்பே தடுத்துக் கொள்கிற வாய்ப்புகளும் இருக்கவே செய்யும். ஆக, எதையும் நம்மால் எதிர்கொள்ள முடியும் என்பதே உண்மை.

'கண்ணால் காண்பதும் பொய்,
காதால் கேட்பதும் பொய்,
தீர விசாரிப்பதே மெய்'

என்பதைக் கணவனைச் சந்தேகிக்கிற மனைவியும், மனைவியைச் சந்தேகிக்கிற கணவனும் கருத்தில் கொள்ள வேண்டும். தங்களுக்குள் ஏற்படும் பிரச்சனையை அவர்கள் நிதானமாக ஆராய்ந்து தீர்வுகாண வேண்டும். விஷயங்களை ஒரே நோக்குமுறையில் பார்த்து முடிவு கட்டிவிடக் கூடாது.

மாற்றுப் பாலினருடன் பழகும் நிலைகள் அலுவலகத்திலோ, பொது இடங்களிலோ இருக்கத்தான் செய்யும். பல பெண்களுடன் ஒரு ஆண் பழகுவதும், பல ஆண்களிடம் ஒரு பெண் பழகுவதும் தவிர்க்க முடியாத ஒன்று. அடிப்படையோ ஆதாரமோ இல்லாத

சந்தேகத்தால் எத்தனையோ குடும்பங்களில் புயல், பூகம்பம், எரிமலை என்று பேராபத்துகள் ஏற்பட்டிருக்கின்றன. விளைவாக ஈடுசெய்ய முடியாத அளவில் பேரிழப்புகள் நேர்ந்துவிடுகின்றன.

நாம் விரும்பினாலும், விரும்பாவிட்டாலும் தொடரப்பட வேண்டிய வாழ்க்கையிது. அதனால், தற்கொலை விவாகரத்து போன்ற விபரீத முடிவுகளை எடுக்கக்கூடாது.

தங்கள் மணவாழ்வில் மூன்றாவது நபர் இடம் பெறுவதை தம்பதிகள் அனுமதிப்பதற்கில்லை. எந்தத் தவறையும் சரிசெய்து கொள்ள முடியும். எந்த நிலையிலும் அதற்கு வாய்ப்பிருக்கிறது.

கணவனின் ‘இன்னொரு உறவு’ மனைவியின் சுயமரியாதைக்குப் பெரிய அடிதான். ஆனால் அப்படியொரு நிலை ஏற்படத் தானும் ஒரு காரணம் என்பதை அவள் எண்ணிப் பார்க்க வேண்டும்.

மனைவியின் அலட்சியம், சந்தேகம், பிடிவாதம், சண்டை பிடிக்கும் குணம் இவற்றில் ஏதோ ஒன்று கணவனைத் தவறு செய்யத் தூண்டுகிறது. தன் மனைவி மற்றவர்கள் முன்னிலையில் தன்னை மட்டம் தட்டிப் பேசுவது, மற்ற ஆண்களுடன் ஒப்பிட்டுப் பேசுவது, வேறொரு ஆணுடன் அவள் நெருங்கிப் பழகுவது போன்ற காரணங்களும் ஒரு கணவனைத் தடம் மாறிப்போகச் செய்யும்.

கணவன் மனைவிக்கிடையே பிரச்சனை ஏற்பட யார் காரணமாக இருந்திருந்தாலும், தங்கள் தவறை ஒப்புக்கொண்டு, தங்களைத் திருத்திக் கொண்டால் பிரச்சனை சுமூகமாய்த் தீர்ந்துவிடும்.

தனது உடல்சார்ந்த எதிர்பார்ப்பை மனைவி பூர்த்தி செய்ய முடியாவிட்டாலும், மனைவியின் அன்பு தனக்குக் கிடைக்காத போதும் கணவன் வேறொரு பெண் மூலம் அவற்றைப் பெற முயல்வான். கணவனின் தேவை என்னவென்று இனம்கண்டு அதை நிறைவேற்றினால் பிரச்சனை தீர்ந்துவிடும்.

தங்களுக்குள்ளான உறவைத் தொடர்வதா அல்லது துண்டித்துக் கொள்வதா என்பதைப் பெண் தீர்மானிக்க வேண்டும். சமுதாய விமர்சனங்களைக் கவனத்தில் கொள்ள வேண்டுந்தான், ஆனால், அதைவிட முக்கியம் தன்னுடைய, தனது குழந்தைகளுடைய எதிர்காலத்தை அவள் கருத்தில் கொள்வது.

தவறு செய்த கணவனை மன்னித்து, அவனுடன் வாழ்க்கையைத் தொடர்வது கடினந்தான். ஆனால், மனைவியின் பொறுமைக்கும், சகிப்புத்தன்மைக்கும் நிச்சயம் பலன் இருக்கும்.

கணவனை வழிக்குக் கொண்டுவரவும், அவனது கவனத்தை ஈர்க்கவும் எத்தனையோ வழிகள் உண்டு. தன் கணவன்மீது அதிக அன்பு காட்டலாம். அவனுக்குப் பிடித்தமானவைகளில் கூடுதல் கவனம் செலுத்தலாம்.

நிலைமையைச் சரிசெய்ய, சிலகாலம் பிரிந்து இருப்பதும் நல்ல விளைவை ஏற்படுத்தும். பிரிவே பல சமயங்களில் ஒருவரின் அருமையை மற்றவர்க்கு உணர்த்தும்; ஒருவரையொருவர் புரிந்து கொள்ளவும் அது வழிசெய்யும். அதன்மூலம் உறவு மேலும் நெருக்க மடைகிற சாத்தியமும் உண்டு.

'காற்று ஒரே திசையில் வீசிக்கொண்டிருக்காது,
காலமும் எப்போதும் ஒரே மாதிரியிருக்காது'

வாழ்வில் மாற்றங்கள் வரவே செய்யும், விரும்பத்தக்க விதமாக!

3

அவர் ஏன் பேசமாட்டேங்கறார்?

'நாம் அதிகம் பேசினால் நம்முடைய பலவீனங்களை அவள் தெரிந்துகொண்டு விடுவாள். அனாவசிய கேள்விகளால் நம்மைத் துளைத்தெடுப்பாள். பேச்சைக் குறைத்துக் கொண்டால் பிரச்சனைக்கு இடமிருக்காது' என்று கருதிக் கொள்கிற கணவன்மார்கள் உண்டு. இவர்கள், பொண்டாட்டி எத்தனை முக்கிய விஷயங்களைப் பேசினாலும், தன் மகிழ்ச்சியைப் பகிர்ந்துகொள்ள முற்பட்டாலும் அதிக ஆர்வம் காட்டுவதில்லை. 'ஓ... அப்படியா?', 'ஆகட்டும், ரொம்ப சரி' என்று ஒற்றை வார்த்தை தலையசைப்போடு நின்று விடுவார்கள். (நிறுத்திக்கொண்டு விடுவார்கள்).

அதுவரை பார்த்திராத இன்னொரு முகம்

தானாகப் பேசாத, தன் பேச்சில் அக்கறை காட்டாத கணவர் தன்னை அலட்சியப்படுத்துவதாகக் குறைப்படுகிற பெண்கள் உண்டு.

'தன்னைப் பெண் பார்க்க வந்தவர் எத்தனை ஆவலாகத் தன்னிடம் பேசுகின்றார், திருமணம் நிச்சயம் ஆனபின் அவரது அலைபேசி அழைப்புகள் நம்மைத் திக்குமுக்காட வைத்ததே, நம் பெற்றோர் அனுமதியுடன்

சி.எஸ். தேவநாதன் 17

கடற்கரைக்கும், கோயிலுக்கும், 'தீம் பார்க்'கிற்கும் (Theme Park) அழைத்துப்போய் கதைகதையாய் மணிக்கணக்கில் பேசுவாரே அவரா இவர்?' என்று பெண்ணின் மனம் குமுறும்.

'உன்னோட அவர் எப்படி நடந்துக்கறார்?' என்று சிநேகிதியோ, பெற்றோர்களோ கேட்டால் அவள் கொட்டித் தீர்த்து விடுவாள். குறைகளைப் பட்டியலிடுவாள்.

'ம்... சரியான கல்லுளி மங்கன். நான் சோர்ந்து போயிருந்தா, 'என்ன ஆச்சு உனக்கு?' என்று ஒருவார்த்தை கேட்க மாட்டார்.

'என்ன உடம்புக்கு, வா டாக்டர்கிட்ட போய் வருவோம்னு' கூப்பிட மாட்டார். ஒரு பதட்டம் இருக்காது.

'ஷாப்பிங் போலாம்'னா, ஏதாவது காரணம் சொல்லி தட்டிக் கழிப்பார். கார்டை கையில் கொடுத்து, 'நீ போய்க்கேள்' என்பார்.

'அவரால் என்னோட மனநிலையே பாழாகிறது'.

'டிபன் நல்லாயிருக்கு, இந்தப் புடவைல நீ பார்க்க அழகா இருக்கே' இப்படி ஒரு வார்த்தை பாராட்டிப் பேசமாட்டார்.

'ஆபிஸ்லருந்து அவர் டயர்டா வருவார்தான், 'ஊர்ல இருந்து எங்க அம்மா வர்றா' 'எக்ஸாம்'ல பையன் குறைவா மார்க் வாங்கிருக்கான்'னு சொன்னோம்னா காதில் போட்டுக்க மாட்டார். 'என்ன தலைவலிக்குதா, காபி கொண்டு வரட்டா, டேப்லட் எடுத்துக்கறீங்களான்னு கேட்டா பதிலே இருக்காது. ஆனா யார் கிட்டருந்தாவது போன் வந்தாக்க உற்சாகமா பேசிட்டேயிருப்பார்.

அவள் சொல்வதற்கு இன்னும் நிறையவே வைத்திருப்பாள்.

கொஞ்சம் பொறுமையா இருந்து பார்க்கணும்

ஒரு உளவியல் நிபுணரிடம் ஆலோசனைக்குப் போனால், அவரது விளக்கம் இப்படியிருக்கும் -

'ஆணும் பெண்ணும் உணர்ச்சிகளை ஒரேவிதமாய் வெளிப் படுத்துவதில்லை.

உணர்ச்சிகளைப் பகிர்ந்து கொள்வதால் எதுவும் மாறிவிடாது, அதில் எந்தப் பயனுமில்லை என்பது ஆணின் கருத்து.

ஆண் நடைமுறை சார்ந்தே சிந்திப்பான். அவனுக்கு குடும்பத்திலோ அலுவலகத்திலோ ஏற்படும் பிரச்சனைகளுக்கு என்ன தீர்வு என்ற ஆராய்ச்சிதான் இருக்கும்.

பெண்ணுக்கு சுவாரசியமான தகவல்கள், விமர்சிப்பது, வாதிடுவது இவற்றில் விருப்பம்' என்று.

'பெண்ணின் மனதில் இடம் பிடிக்கிறவரைதான் ஆண் நிறையப் பேசுகிறான். பிறகு சத்தமே கேட்காது. பெண்ணோ 'இவருக்கு என்ன ஆச்சு?' என்கிறமாதிரி தனக்குள் கேள்விகளை எழுப்பிக் கொண்டிருப்பாள். (விடை கிடைக்காது). அவளுக்கு 'நேற்றுபோல் இன்று இல்லையே என்கிற கவலை. உள்ளுக்குள் பொங்கிப் பீறிடுகிற கோபம், கணவனின் மவுனம் என்கிற எதிர்வினையில் எரிந்த கணையாய் இற்றுவிழும்.

உம்மணா மூஞ்சிக் கணவனை எப்படி வழிக்குக் கொண்டு வருவது?

இத்தனை நாளும் பழகிப் பார்த்ததில் கணவனின் மன ஓட்டம் எப்படியிருக்கு என்பதை அவனுடைய முகபாவத்திலேயே மனைவி புரிந்துகொண்டு விடலாம். அவனுடைய கவனத்தைத் தன்பால் ஈர்க்கும் முயற்சிகளை (பேச்சிலும், செயலிலும்) அவள் மேற்கொள்ள வேண்டும்.

கணவர் பதிலளிக்காத நிலையில், வலுக்கட்டாயமாக அவருடைய வாயில் இருந்து வார்த்தைகளைப் பிடுங்குகிற முயற்சி வேண்டாம். 'நாளை பேசுவோம்' என்று பொறுமை காக்க வேண்டும்.

பொதுப்படையான பேச்சில் அவருக்கு ஆர்வம் இல்லாமல் போகலாம். அவருக்குப் பிடித்தமானதை, அவரை கவலைப்படச் செய்கிற பிரச்சனைகள், நெருக்கடிகள், நபர்கள், சூழ்நிலைகள் பற்றிக் குறிப்பிட்டுப் பேசவேண்டும்.

தோற்றத்திலும், குரலிலும் இயல்புத் தன்மையை இனிமையைப் பராமரிக்க வேண்டும்.

அவர் பேசும்போது அக்கறையாய் கவனிக்க வேண்டும், தான் எப்போது, என்ன பேசுவது என்பதையும் மனைவி அறிந்திருக்க வேண்டும். நேர்மறையான கருத்துக்களை மட்டுமே வெளிப்படுத்த

வேண்டும். நேருக்கு நேர் பார்த்துப் பேசாமல் எங்கேயோ பார்த்துக் கொண்டு வெறுமனே தலையசைப்பது அவரை அலட்சியப் படுத்துவதாகிவிடும்.

அவருடன் அதிக நேரம் செலவிடுகிற மாதிரி மாலைநேர, விடுமுறைக்கால 'ப்ரொக்ராம்'களை அமைத்துக் கொள்ள வேண்டும். கூடுமானவரை இருவரும் பங்கெடுக்கிற மாதிரி பொழுதுபோக்கு களைத் தேர்ந்தெடுத்துக் கொள்ளலாம். இசை கேட்பது, தோட்ட வேலை, வாராந்திர 'பிக்னிக்' போன்று.

'நீங்க எப்பவுமே இப்படித்தான்...', 'உங்களால் ஒருபோதும்...' போன்ற வார்த்தைகளைத் தவிர்த்துவிடுவது நல்லது.

'தன்னுடைய உணர்வுகளுக்கு மனைவி மதிப்பு கொடுக்கிறாள்' என்பதைக் கணவர் புரிந்துகொள்ளும்படி செய்வது முக்கியம்.

4

தடையாகும் தாழ்வு மனப்பான்மை

ஓராண்டில் வசந்தகாலம் என்பது சில மாதங்கள் மட்டுமே. ஆனால், மணவாழ்வின் இனிமை வாழ்க்கை நெடுகிலும் வரக்கூடும். அது, இடையில் தொலையுமெனில் அதற்குப் பல காரணங்கள் இருக்கும். தாழ்வு மனப்பான்மை அவற்றுள் ஒன்று.

தாழ்வு மனப்பான்மை எப்படி வருகிறது? அழகு, கல்வி, படிநிலை (Status) இப்படி ஏதோ ஒன்று அல்லது எல்லாமும் காரணமாகி விட்டிருக்கும்.

தன்னுடைய அறிவு, திறமை போன்றவைகளை அடுத்தவருடன் ஒப்பிட்டுப் பார்த்து தன்னைத் தாழ்த்திக் கொள்ளும் போக்கு சிலரிடம் ஏற்பட்டுவிடும். தன்னம்பிக்கை குறைந்தவரும், இல்லாதவரும் தாழ்வு மனப்பான்மை கொண்டுவிடுகிறார்கள்.

அவன், அவள், ஆங்கிலம்

சங்கர் - ரம்யா தம்பதிகளின் வாழ்க்கை இனிமையைத் தொலைப்பதற்கு சங்கரின் தாழ்வு மனப்பான்மைதான் காரணம். தனக்கும் தன் கணவருக்கும் எந்தவிதத்திலும் ஒத்துப் போகவில்லை, அவர் தன்மீது ஆதிக்கம் செலுத்த முனைகிறார் என்பது ரம்யாவின் குற்றச்சாட்டு. அவள் நன்றாகப் படித்தவள், மேல்தட்டு

வாழ்க்கை முறையைக் கொண்டவள், அவளுடைய குடும்பப் பின்னணி சங்கருடைய குடும்பத்துக்குச் சமமானது என்பதால் அவள் பணிந்து போய்விடவில்லை.

ஆனால், பிரச்சனையின் அடிப்படையை ஆராய்ந்தால் சில வேறுபாடுகள் இருப்பது உண்மை, இருவரிடமும் ஒருவருக்கொருவர் சரிசெய்து கொண்டு போகிற மனநிலை இருந்திருக்கவில்லை என்பது புரியவரும்.

சங்கரின் பெற்றோர்கள் ஒரு மாவட்டத்தின் சிறிய நகரமொன்றைச் சேர்ந்தவர்கள். குடும்பம் மரபுவழியில் வசதியானது, அவருடைய தந்தை துணிக்கடை நகைக்கடை என்று செல்வத்தைப் பெருக்கி யிருந்தார். சங்கரும், அவனுடைய சகோதரர்களும் இளமையிலேயே படிப்புக்கு முற்றுப்புள்ளி வைத்துவிட்டு தொழிலில் ஈடுபட்டிருந்தனர். பெருநகரமொன்றில் இன்னும் ஒரு நகைக்கடையை பெரிய அளவில் தொடங்கியிருந்தனர். சங்கரே நிர்வகித்தான்.

சங்கரோ, படித்தவரை தமிழ் மீடியத்திலேயே படித்தவன் ஆங்கிலத்தில் சரளமாகப் பேசவராது. தொழில்ரீதியாக மேல்தட்டுவாசி களுடன் பழகினாலும், அவர்கள் நடத்தும் விருந்து விழா போன்ற வற்றில் மற்றவர்கள் பேசும் நுனிநாக்கு ஆங்கிலம் அவனைத் தடுமாற வைத்தது.

இந்தநிலையில் டில்லியில் பிறந்து வளர்ந்த ரம்யாவுடன் சங்கரின் திருமணம் நடந்தேறியது. அவள் மேற்கத்திய நாகரிகத்தில் திளைப்பவள். செழுமையான உடல்வாகும், தங்கநிறமும் கொண்டவள். தன் மனைவி நல்ல அழகி என்பதில் சங்கருக்குப் பெருமைதான். இசை, நடனம், நீச்சல், டென்னிஸ் என்று அநேக ரசனைகள் அவளுக்கு. அவற்றிலெல்லாம் சங்கருக்கு விருப்பம் இருந்திருக்க வில்லை. அவனுடைய பொழுதுபோக்கு என்றால் செய்தித்தாள் வாசிப்பது, தொலைக்காட்சியில் சில குறிப்பிட்ட நிகழ்ச்சிகளைப் பார்ப்பது, தொழில் தொடர்பான கருத்தரங்கத்துக்குச் செல்வது அவ்வளவுதான்.

மனைவியின் ஆங்கிலம், நிறம், நாகரீகப் போக்கு இவை யெல்லாம் தனக்குப் பொருந்தாதவை என்பது அவனுடைய கருத்து. இவற்றைப்போலவே அவளது அன்றாடப் 'ப்ரொக்ராம்'களும் அவனுக்குத் திகைப்பை உண்டுபண்ணியது. தன்னுடைய குடும்பத்தின் செல்வவளந்தான் ரம்யாவின் குடும்பத்தினரை ஈர்த்து, இவனுக்குப்

பெண்தரச் செய்திருக்கும் என்பது அவனுக்குப் புரிந்தது. இவன் ஆங்கிலத்தில் அரைகுறை, மாநிறம், உயரத்தில் அவளுக்கு ஒரு அங்குலம் குறைவாக (இருவரையும் ஒன்றாக நிற்கவைத்தால் பளிச்சென்று வேற்றுமை தெரியும்) இருப்பது என்று சில 'மைனஸ்'கள் (Minus) அவனை நிம்மதியிழக்கச் செய்தது.

போதாதற்கு அவளுடைய கலகலப்பான சுபாவமும் சிநேக வட்டமும் அவனுக்குப் பொறாமை உணர்வைத் தந்தது. அவளுடன் தனித்திருந்தாலும் (மற்றவர்களுடன் இருக்க நேரிட்டாலும்) தன்னுடைய தாழ்வு மனப்பான்மையை அவனால் உதற முடியவில்லை.

ரம்யா அவனுடைய கட்டுப்பெட்டித்தனங்களில் எரிச்சலுற்றிருந்தாள். இருவரும் எங்காவது வெளியில் செல்ல நேர்ந்தால், தன் தாயையும் உடன் அழைத்துச் செல்ல வேண்டும் அல்லது அவளிடம் அனுமதி பெற்றுக் கொண்டுதான் செல்லவேண்டும் என்பான். தன்னுடைய தந்தையின் ஆலோசனையைப் பெறாமல் எந்தக் காரியத்திலும் அவன் இறங்குவதில்லை. பெருநகரத்தில் இவன் பெயரில் நகைக்கடை இருந்தபோதும் வரவு செலவுக் கணக்குகளை அவரிடம் தெரிவிப்பான். அவரது அனுமதி பெற்றுக் கொண்டுதான் செலவு செய்வான். கணவனின் செயல்முறைகள் கட்டோடு பிடிக்க வில்லை ரம்யாவுக்கு. 'நாம் தனிக்குடித்தனம் போகலாமே' என்று அவள் கூறியபோது, 'பெற்றோர்களைப் பிரிந்து என்னால் இருக்க முடியாது என்று அவன் மறுத்து விட்டான். 'தன் பெற்றோர்களைப் பிரிந்துதானே மணமானதும் இவனுடன் வாழ வந்திருக்கிறோம், இவனானால் இப்படி...' என்ற மனக் கொதிப்பு அவளுக்கு.

ஒருகட்டத்தில் உளவியல் நிபுணர் ஒருவரிடம் ஆலோசனைக்காக அவனைக் கூட்டிப் போனாள் அவள். இருவரிடமும், தனித்தனியே பேசிப்பார்த்த ஆலோசகர், சங்கரின் பலவீனம் ஆங்கிலத்தில் பேசும் திறன் குறைவு என்பதைப் புரிந்துகொண்டார். 'மேடம் நீங்கள் மனது வைத்தால் பிரச்சனை முக்காலும் தீர்ந்தமாதிரி. முதலில் நீங்களே உங்கள் கணவரின் ஆங்கில அறிவை மேம்படுத்துங்கள். உங்களைப் பொறுத்தவரை கணவருடன் இணக்கமாய் இருக்கவேண்டியது அவசியம். இருவரிடையே கருத்து வேறுபாடுகள் நீங்கவேண்டும் என்றால் யாராவது ஒருவர் விட்டுக் கொடுத்துத்தான் ஆகவேண்டும். கொஞ்சகாலமாவது கூட்டுக் குடும்பத்தில் இருந்து மாமனார் மாமியாரின் எதிர்பார்ப்புகளுக்கேற்ப நடந்து கொள்ளுங்கள். உங்கள் கணவரின் தாழ்வு மனப்பான்மை நீங்குவதற்கு உங்கள் பங்களிப்பும் முக்கியம்' என்றார் அவர்.

அடிப்படையில் இருவருக்குள் மனக்கசப்பு இருந்ததேயன்றி வெறுப்பு கிடையாது என்பதால், எளிதாக மாறவும், மாற்றவும் முடிந்தது. கணவனின் பெற்றோர்களை மதித்து நடந்ததால் அவனுக்கு அவள்மீதான பிரியம் அதிகரித்தது. சரளமாக ஆங்கிலத்தில் பேச முடிந்தது சங்கரின் தாழ்வு மனப்பான்மையை அகற்றியது.

அவர்கள் மனமொத்த தம்பதிகளாய் வாழ்க்கைப் பாதையில் மகிழ்ச்சியுடன் பயணிக்க முடிந்தது. குறைகளை உணர்ந்து, வேறுபாடுகளை நீக்கிக் கொண்டு வாழ்க்கை நெடுகிலும் வசந்தத்தை அனுபவிப்பது நம் எல்லோருக்குமே முடிகிறதுதான்.

5

கணவனிடம் குறைகாணும் மனைவி

மணவாழ்வின் வெற்றிக்கு மனப்பக்குவம் வேண்டும். ஆணோ, பெண்ணோ தங்கள் வாழ்க்கைத் துணையின் எதிர்பார்ப்புகளை முழுமையாய் நிறை வேற்றிவிட முடியாது. அந்நிலையில் ஏமாற்றம் பிரச்சனை களுக்கு வழிவகுக்கும்.

தன்னுடைய அதீத ஆசைகளும், மிதமிஞ்சிய கற்பனைகளும் நடைமுறைப்படுத்தப்படாதபோது பெண்ணுடைய ஏமாற்றம் கோபமாய் வெளிப்படும். நாளடைவில் உறவில் விரிசலையும் அது ஏற்படுத்தும்.

தன் கணவன் (மனைவி) எப்படி இருக்கவேண்டும் என்று ஒருவர் கற்பனை செய்து வைத்திருப்பார். மணநாளில் அந்தக் கற்பனைக்கு மாறாக நிஜம் இருந்து விட்டால் அவர்களிடையே சுமூக உறவு ஏற்படாது.

இதேபோன்று எதிர்மறை விளைவுகளை ஏற்படுத்தக்கூடிய இன்னொன்று குறைகாணும் போக்கு.

இருக்கிறபடிக்கே வாழ்க்கைத்துணையை அவருடைய நிறைகுறைகளோடு ஏற்றுக்கொள்ள வேண்டும்.

மனிதனின் அடிப்படைக் குணம் அவன் பிறப்பு, வளர்ப்பு, வளரும் சூழல் இவற்றைப் பொறுத்தே அமையும். முதல் ஐந்து வயதுவரை அவன் வளரும்விதமே பிற்கால குணத்தையும் நடத்தையையும் தீர்மானிக்கிறது.

ஒருவர் உடுத்துகிற முறையை, உண்ணும் முறையை, பேச்சு முறையை மாற்றலாம். குணத்தை மாற்றமுடியாது.

தன் கணவனைப் புரிந்துகொள்ளும் முயற்சியில் பெண் இதைத்தான் முதலில் கவனத்தில் கொள்ள வேண்டும். இவள் பாட்டுக்கு அவனுடைய குணத்தையும், நடத்தையையும் மாற்றியமைக்க முயன்றால் அவன் வெறுப்பும் சலிப்புமே அடைவான். மனைவி ஒரு தொல்லையாகவே அவனுடைய கண்ணுக்குத் தெரிவாள்.

மனிதர்கள் தன் முதுகு தெரியாதவர்கள்

அடுத்தவரிடம் உள்ள நல்ல அம்சங்களைக் காண முயற்சிக்காமல், குறைகளை மட்டுமே காண்பது பெரும்பாலானவர்களின் இயல்பு.

குறைகாணும் மனைவி கணவனை மாற்ற முயல்வாள். தன் முயற்சியில் தோற்றுவிட்டால் அவளுடைய அன்பு, அடக்கம், கனிவு போன்ற நல்ல தன்மைகள் காணாமல் போய்விடும்.

கணவனின் 'ப்ளஸ்-பாயிண்ட்'களை கணக்கில் கொள்ளாமல் 'மைனஸ் பாயிண்ட்'களை (அவை ஒன்றிரண்டுதான் என்றாலும்) மட்டுமே பெரிதுபடுத்துவாள். ஆக, வேண்டாதவைகள் விசுவரூபம் எடுக்கும்போது விரும்பத்தக்கவைகள் மனதில் இருந்து தொலை தூரத்தில் மங்கி மறையும்.

புன்னகையும், இன்சொல்லும்

மனைவியின் பேச்சுமுறை, அணுகுமுறை, செயல்முறை இவற்றால் மாற்றங்களை ஏற்படுத்த முடியும். அதேசமயம் கண்டிக்கிற, குற்றம் சாட்டுகிற முறையில் அவள் மேற்கொள்கிற எதுவுமே எதிர்மறை விளைவுகளைத்தான் ஏற்படுத்தும்.

ஒன்றைத் திரும்பத் திரும்பச் சுட்டிக்காட்டுவதும், வலியுறுத்து வதும் சம்பந்தப்பட்டவரின் பிடிவாதத்தையே அதிகரிக்கும். கணவன் அவளுடைய பேச்சுக்கு மாறாக நடந்து தன் வெறுப்பை வெளிப் படுத்துவான். அதற்காகக் கணவனை அவனுடைய வழியிலேயே வெளிப்படுத்த வேண்டும் என்பதில்லை. அவனை நல்வழிப்படுத்துகிற உரிமை மனைவிக்கு உண்டு. ஆனால், மாற்றத்தைக் கொண்டுவர

சரியான அணுகுமுறையையே அவள் கடைப்பிடிக்க வேண்டும். மனைவியின் பேச்சு அவனுக்கு உந்துசக்தியாய், உற்சாகத்தைத் தருவதாயிருக்க வேண்டும்.

புன்னகையும், இன்சொல்லும், பாராட்டுதலும் அவனுக்கு ஊக்கமளிக்கும். கணவனைப் பற்றி ஒரு உயர்ந்த மதிப்பீடு தனக்குள் இருப்பதை, மனைவி அவனுக்குப் புரிய வைத்தாலே அதற்கேற்பத் தன்னை அவன் மேம்படுத்திக் கொள்வான். தான் விரும்பிய விதத்தில் தன் கணவனிடம் மாற்றங்களை ஏற்படுத்த இயலாத மனைவி, அவனை இருக்கிற படிக்கே ஏற்றுக் கொள்வதுதான் உகந்ததாயிருக்கும்.

குறைகள் இல்லாத மனிதர்கள் யார்? குறைகாணும் போக்கு சொந்த நிம்மதியையும், மகிழ்ச்சியையும் குலைத்துவிடும். பொருந்தாத கற்பனைகளில் புதையுண்டு போவதைவிட வாழ்க்கையை அதன் போக்கில் ஏற்றுக் கொள்வதே விவேகம்.

6

வேலைக்குப் போகிற மனைவி

சுமார் ஐம்பது ஆண்டுகளுக்கு முன் மனைவி என்பவள் சமைத்துப் போடுகிற, வீட்டைச் சுத்தம் செய்கிற, குடும்பத்தைப் பார்த்துக் கொள்கிற, கணவனைப் படுக்கையில் மகிழ்விக்கிற ஒரு கருவியாக மட்டுமே இருந்தாள். அவளைப் பிள்ளைப் பெற்றுத்தரும் எந்திர மாகவே கணவன் பாவித்தான். அப்போதெல்லாம் மனைவி நான்கு சுவர்களுக்குள் அடைந்து கிடந்தாள். கணவனின் அனுமதியின்றி வெளியில் செல்லமுடியாது. கணவனோடுதான் போக முடியும். அவன் முன்னே செல்ல, குனிந்த தலை நிமிராமல் அவன் பின்னே நடந்தாள். அதுவெல்லாம் அந்தக்காலம்.

இப்போது பெண் தான் விரும்பிய அளவு படித்து, விரும்பிய வேலையைத் தேடிக்கொண்டு, தனக்குப் பிடித்தமான கணவனைத் தேர்ந்துகொள்ளவும் முடிகிறது.

குடும்பத்தில் தங்கள் பங்கு என்ன என்பதை இன்று கணவனும் மனைவியும் வரையறை செய்து கொள்கிறார்கள். எல்லாமே மறுபரிசீலனைக்குட் படுத்தப்பட்டு விட்டது. பெண் பொருளாதார சுதந்திரம் பெற்று சொந்தக்காலில் நிற்கிறாள்.

வேலைகளைப் பகிர்ந்து கொள்ளல்

கொஞ்சநாள் முன்புவரை மனைவி (கூட்டுக் குடும்பமாக இருந்தபோது) வீட்டு வேலைகளைச்

செய்துமுடித்து, குடும்பத்தின் மூத்த உறுப்பினர்களான மாமனார் மாமியார் தேவைகளைக் கவனித்துவிட்டுத்தான் அலுவலகம் செல்லும்படியிருந்தது. இப்போதோ, தனிக் குடும்பம் என்கிற அமைப்பில் வாழ்ந்ததாகிறது. காலையில் டிபனோடு சமையலையும் முடித்துவிடுகிறார்கள். இவள் சாதம் பண்ணினால் அவன் சாம்பாருக்கு காய்கறி வெட்டித் தந்துவிடுவான். அவளும் அவனும் குழந்தைகளை ஸ்கூலுக்கு 'ரெடி' பண்ணுகிற வேலையையும் தங்களுக்குள் பகிர்ந்து கொள்கிறார்கள். விடுமுறை நாட்களில் அவள் துணியை வாஷிங் மெஷினில் போட்டு எடுத்தால், அவன் அயர்ன் பண்ணி விடுகிறான். இது ஆணோட வேலை, அது பெண்ணாட வேலை என்கிற பாகுபாடு இல்லாமல் செய்து முடிக்கிறார்கள்.

பெண் வேலைக்குச் செல்வதால் இதுபோன்ற தாக்கங்கள் குடும்பத்தில் இருக்கும்.

இன்று நகரத்தில் ஐம்பது சதவீதத்துக்கும் மேற்பட்ட பெண்கள் அலுவலகத்திலோ, தொழிலகத்திலோ, விற்பனைக் கூடங்களிலோ வேலைபார்த்துக் கொண்டிருக்கிறார்கள்.

மனைவியை வேலைக்கு அனுப்புவது ஏன்?

வேலைக்குப் போகிற மனைவிக்குக் கணவன் ஆதரவாக இருக்க வேண்டும். ஆனால், என்ன நடக்கிறது?

'இன்று விலைவாசிகள் அதிகரிச்சாச்சு. என் ஒருவனுடைய சம்பாத்தியம் குடும்பம் நடத்தப் போதாது. நீயும் வேலைக்குப் போயேன்' என்பான் கணவன்.

படித்த படிப்பு வீணாகிறதே என்று கவலைப்பட்டுக் கொண்டிருப்பவள், மகிழ்ச்சியோடு வேலைக்குப் போகச் சம்மதிக்கிறாள். ஆனால், வேலைக்குப் போகத் தொடங்கியதும், 'நீ ஆபீஸ் போய் வந்தால் ஆச்சா? இங்கே வீட்டுல எல்லாமே போட்டது போட்டபடி கிடக்கு' என்று குறை கூறுவான். கணவனின் சொல்லும் செயலும் ஒன்றுபோல் இருப்பதில்லை.

மனைவியை வேலைக்கு அனுப்புகிற கணவன் தனக்குள் சில கேள்விகளைக் கேட்டுக்கொண்டு, தெளிவு காண வேண்டும்.

பணத் தேவை காரணமாக அவள் வேலைக்கு அனுப்பப் படுகிறாளா?

அவளது கல்வி, திறமை வீணாகக்கூடாது என்பதற்காகவா?

வேலை அவளுக்கு மனநிறைவையளிக்கும் என்பதற்காகவா?

மனைவி வேலைக்குச் செல்வதற்குமுன், அவர்கள் இருவரும் அதுபற்றி கலந்து பேசி முடிவு செய்வது அவசியம்.

மனைவியை நடத்தும் முறை

பொதுவாகவே மனைவியைத் தனக்குச் சமமாக நினைக்காத கணவன் அவளுடைய வேலைக்கும் முக்கியத்துவம் அளிப்பதில்லை. அவளது வேலையை அவன் குறைத்து மதிப்பிடுவதோ, அவளது சம்பளத்தையும் ஒரு பொருட்டாகக் கருதுவதில்லை. ஆனாலும் அவள் கொண்டுவருகிற பணம் அவனுடைய கைக்கு வந்துவிட வேண்டும் (சாமர்த்தியம் உள்ள மனைவியின் வண்டி பெட்ரோல் காசை கணவனிடம் வாங்கிக்கொண்டு, தன் சம்பாதனையைத் தனது வங்கிக்கணக்கில் சேர்த்துவிடுவாள்).

மனைவி மருத்துவமனையில் ரிஷப்னஷிஸ்டாக வேலை பார்த்தால், 'நாள் முழுக்க போன்கால் 'அட்டண்ட்' பண்ணிட்டு, 'சிலிப்' (Slip) எழுதிட்டிருப்பே, அவ்வளவுதானே' என்று கேலி பேசுவான்.

அவள் டாக்டராக இருந்தால் மட்டும் என்ன வாழ்கிறது. 'நீ ஹாஸ்பிடல்லதான் டாக்டர், இங்கே என்னோட பெண்டாட்டிங்கறது ஞாபகம் இருக்கட்டும். இப்போ எனக்குத் தேவையானதை செஞ்சு முடிச்சிட்டு, உன் 'க்ளினிக்'கை அப்புறம் கட்டியழு' என்று 'டோஸ்' விடுவான். கூரிய ஊசியைவிடவும் மோசமாய் குத்தி வேதனை செய்யும் அவனுடைய சொற்கள்.

பெண் எப்போதும் போலவே நடத்தப்படுகிறாள், பயன்படுத்தப் படுகிறாள். ஆனால் 'முறை' மட்டுமே மாறியிருக்கிறது.

தன்னுடைய சுயலாபத்துக்காக மனைவியை வேலைக்கு அனுப்புகிறான் கணவன். தன் சுதந்திரத்தை உறுதிப்படுத்திக் கொள்ளவே தான் வேலைக்குப் போவதாய் எண்ணிக் கொள்கிறாள் மனைவி.

விரல் மடக்கவும் நேரம் இல்லாதவள்

வேலைக்குப் போகிற பெண் வீட்டுக் கடமைகளால் ஏற்பட்ட சோர்வை, கணவனால் உண்டாடகும் பிரச்சனைகளை குழந்தைகள் பற்றிய கவலைகளை மறைத்துக் கொண்டு இயல்பாக இருப்பது போல் தன்னைக் காண்பித்துக் கொள்கிறாள். துளிர்க்கின்ற கண்ணீரை ஒற்றிக்கொண்டு, அவள் தலைநிமிர்கிறபோது உதடுகளில் புன்னகை தொற்றிக் கொண்டிருக்கும்.

அவள் பார்க்க லட்சணமாய், கட்டிளமையோடு இருந்தால் போச்சு போகிற வழியிலும் அலுவலகத்திலும் பல பொல்லாத பேய்கள் பார்வையிலும், வார்த்தையிலும் அவளைப் பாடாய்படுத்திவிடும். எத்தனை கேலி, கிண்டல், உரசல், சபலப்பேச்சு, விரசங்கள், சிலுமிஷங்கள்.

அவள் -

'ஆடிமாதம் ஆத்தாளுக்குத் தீ மிதிக்கிறவளல்ல,
தினந்தினம் தீ மிதித்துக் கொண்டிருப்பவள்!'

மாலையில் களைப்புடன் வீடு வந்து சேர்கிறவளுக்கு 'இந்தா, கொஞ்சம் தண்ணீர் குடிச்சிக்கோ' என்று அனுசரணையாய் சொல்ல யாரும் இருக்கமாட்டார்கள். அவள்தான் கணவனுக்கும், குழந்தைகளுக்கும் காபி, சிற்றுண்டி தயாரித்தாக வேண்டும். மாலையில் அலுவல் முடிந்து திரும்பும் கணவன், அலுப்புடன் சோபாவில் சாய்ந்து கண்களை மூடியிருப்பான். 'இன்னைக்கு என்னாச்சு தெரியுமோ...' என்று அலுவலக சுவாரசியங்களை அவளிடம் சொல்லிச் சிரிப்பான். ஸ்கூலில் இருந்து திரும்பிய குழந்தைகளும், 'மம்மி! எங்க கிளாஸ் மேடம் என்ன சொன்னாங்கறே!...' என்று தங்களை வியப்பிலாழ்த்திய, கவலைக்குள்ளாக்கிய நிகழ்ச்சிகளைச் சொல்வார்கள். அவள் குடும்பத்தினர் சொல்வதையெல்லாம் காதுகொடுத்துக் கேட்க வேண்டும். ஆனால், அவள் எதையேனும் சொல்வதாயின், கேட்பதற்கு யாருக்குமே நேரம் இருக்காது.

மாலை டிபன், இரவு சாப்பாடு தயாரித்து பரிமாறி பாத்திரம் கழுவி அவள் படுக்கையில் விழுவாள். அப்போது கணவனின் கை அவளது இடுப்பை வளைக்கும். 'எனக்கு உடம்பு முடியலை, விடுங்க' என்று அவள் மறுக்க முனைவாள். அவன் காதில் போட்டுக்கொள்ள மாட்டான். அவனது கைகள் கூடுதல் வலுக்காட்டும். ஆக, அவன் இழுத்த இழுப்புக்கு அவள் இணங்கியாக வேண்டும்.

கணவன், மனைவிக்குள் சின்னதாய் ஒரு பிரச்சனை என்றாலும், 'நீ இனிமே வேலைக்குப் போகக்கூடாது' என்று கணவன் மிரட்டத் தொடங்கி விடுவான். வேலை பார்ப்பது அவளுடைய தனியுரிமை. அதில் தலையிட அவனுக்கு அதிகாரமில்லை.

சி.எஸ். தேவநாதன்

மனைவியின் உணர்வுகளுக்குக் கணவன் மதிப்பளிக்க வேண்டும். பொறாமை, சந்தேகம், வெறுப்பு இவற்றுக்குள்ளாகி குடும்ப நிம்மதியை அவன் குலைத்துவிடக் கூடாது. அவள் தன்னைவிட உயர்ந்த பதவியை வகித்தாலும், அவளுடைய ஊதியம் தன்னுடையதைவிட அதிகம் என்றாலும் அவன் தாழ்வுணர்ச்சி கொண்டுவிடக் கூடாது. அவளுடைய வளர்ச்சி அவனுக்குப் பெருமை தருகிற ஒன்றுதானே!

7

மனைவியைக் குறைகூறும் கணவன்

வளர்பிறைச் சந்திரனாய் மகிழ்ச்சியை வளர்க்க வேண்டிய மணவாழ்க்கை, தேய்பிறைச் சந்திரனாய் நாளும் தேய்ந்து கணவன் மனைவி உறவு நலிவதற்கு என்ன காரணம்? கணவன் நேசிக்கத் தெரியாதவனாகவோ நேசிக்கத் தவறுகிறவனாகவோ இருந்துவிடுவதுதான். ஆனால் அவன் மனைவியிடம் குறைகாணவும், அவள் மீது குற்றம் சுமத்தவும் தயங்குவதில்லை.

புகார்ப் பட்டியல்

'மனைவி அடிக்கடி பிறந்தகம் போய்த் தங்கிவிடுகிறாள்.

நாளின் பெரும்பகுதியை சோம்பேறித்தனமாகவே கழிக்கிறாள்.

பால்சார்ந்த நாட்டம் குறைவு.

யாரையும் மதித்து நடக்கமாட்டாள். எங்க பக்கத்து மனிதர்கள் என்றால் அவளுக்கு இளக்காரம், குடும்ப நண்பர்கள் வந்தால் உபசரிக்காமல் அலட்சியப் படுத்துவாள்.

எடுத்ததற்கெல்லாம் சீறிவிழுவாள்.

மற்றவர்களின் முன்னிலையில் எனது தவறுகளை சுட்டிக் காட்டுவாள்.

எனது நிதி நிர்வாகத்தில் அவளுக்கு நம்பிக்கையில்லை.

என்னை மதிப்பதில்லை.

கோபத்தில் பொருட்களை வீசியெறிவாள்.

நான் அலுவலகத்தில் இருந்து வீடுதிரும்பத் தாமதமாகி விட்டால் அனாவசியமாய் சந்தேகப்படுவாள்.

குழந்தைகளை ஏதாவது காரணம் வைத்துக்கொண்டு அடிப்பாள்.

குழந்தைகளுக்கு செல்லம் கொடுத்து குட்டிச் சுவராக்குகிறாள்.

உண்மை நிலை என்ன?

ஒன்றை நாம் கவனத்தில் கொள்ளவேண்டும். தன்னிடம் குறை உள்ளவரும், தனது குறையை மறைக்க முயல்பவருந்தான் மற்றவர்களை குறைகூறிக் கொண்டிருப்பார்கள்.

மனைவி, தன் தவறுகளைச் சுட்டிக்காட்டினால் அதைச் சகித்துக் கொள்ளமுடியாத கணவன் அவளிடம் சண்டைக்கு நிற்பான். காரணமில்லாமல் அல்லது அற்ப காரணங்களுக்காக அவளைத் தண்டிக்க முற்படுவான்.

குடும்பத்தினரின் உணர்வுகளை மதிக்காமல், அவர்களுடைய நலனில் அக்கறையில்லாமல் நடந்துகொள்கிற கணவனால் குடும்பமே நிம்மதியிழக்கும், மகிழ்ச்சி பறிபோகும். மனைவியின் மனதில் விபரீத எண்ணங்கள் தோன்றும். அவள் கொலை, தற்கொலை, குடும்பத்தை விட்டு வெளியேறுவது, விவாகரத்து என்று எதற்கும் துணிந்து விடுவாள்.

அன்பில்லாத கணவன்

மனைவி மக்களிடம் அன்பில்லாத கணவன் -

நிதானமாக நடந்துகொள்ள மாட்டான்.

எதிலும் திருப்தியற்றவனாக இருப்பான்.

மனைவியிடமும், குழந்தைகளிடமும் இரக்கமற்றவனாக நடந்து கொள்வான்.

அவனுடைய சொல்லும் செயலும் முரண்பாடுடையதாக இருக்கும்.

புரிந்துகொள்வதோ, அனுசரித்து நடப்பதோ அவனிடம் இருக்காது.

தனது சொந்தப் பிரச்சனைகள் குறித்தோ, குடும்பத்தில் ஏற்படும் நெருக்கடிகள் பற்றியோ மனைவியிடம் ஆலோசிக்க, தெரிவிக்க முன்வர மாட்டான்.

மனைவி தரப்பு மனிதர்களை மட்டந்தட்டிப் பேசுவான்.

மனைவியை நம்புவதில்லை.

மனைவியுடனான உறவை மேம்படுத்திக் கொள்வதில் சிறிதும் அக்கறை இருக்காது.

அன்பில்லாத கணவன் குறைகாண்பவனாக இருப்பான், குறை காண்பவன் நேச உணர்வு கொண்டிருக்க மாட்டான்.

தன் குடும்ப உறுப்பினர்களை அன்பால் அரவணைக்கிற குடும்பத் தலைவனே, அவர்களை வழிநடத்தும் தகுதி உடையவன்.

தன்னிடமுள்ள தவறுகளைத் திருத்திக் கொண்டு, குறைகளை நீக்கிக் கொண்ட கணவன், மனைவியிடம் குறைகாணும் போக்கையும் கைவிட வேண்டும்.

நேசியுங்கள், நேசிக்கப்படுவீர்கள்.

ஒவ்வொரு நாளும், எல்லா நாளும்

நாட்கள் ஒன்றுபோல் இருப்பதில்லை சிலருக்கு. ஆனால், ஒரேமாதிரிதான் நகர்கிறது மிகப்பலருக்கும். அதிலும், ஒரு குடும்பத் தலைவியின் அன்றாட நிகழ்வுகளில், அனுபவங்களில் சுவாரசியம் அதிகம் இருப்பதில்லை. என்ன காரணம்?

அலுவலகத்தில் மட்டுமின்றி வீட்டிலும் ஒரேமாதிரி வேலையைச் செய்ய நேரிடுவது.

ரசனைகளை வளர்த்துக்கொள்ளத் தவறுதல்.

மாற்றங்களை ஏற்கிற மனம் இருந்தாலும் மாறுவதற்கும், தன்னை சூழ்நிலைகளை மாற்றுவதற்கும் தயக்கம்.

பிடிவாதப் போக்குள்ள குழந்தைகளைச் சமாளிக்க இயலாமை.

கூட்டுக்குடும்பத்தில் அதிகாரப் போக்குடன் செயல்படும் மாமனார், மாமியார்.

கூடுதல் வேலைப்பளு (வீட்டிலும், அலுவலகத்திலும்).

வீணான கவலைகளை இழுத்துவிட்டுக் கொள்வது.

பிரச்சனைகளை எதிர்கொள்வதில் தயக்கம் (அச்சமும்).

நெருங்கிய நபர்களை, விருப்பத்திற்குரியவைகளை இழப்பது.

இப்படி அவள் சோர்ந்து போவதற்கான வாய்ப்புகளே நிறைய இருக்கிறது.

நடைமுறை வாழ்வில் அமைதியிழக்கிற, மன இறுக்கத்திற் குள்ளாகிற சந்தர்ப்பங்கள் அநேகம். ஒவ்வொரு சந்தர்ப்பத்திலும் உடலும் மனமும் நிச்சயம் பாதிக்கப்படும். உணர்ச்சி மோதல்களில் சிக்கிக் கொள்ளும்படியாகும்.

உங்கள் மனைவி திடீரென்று 'டல்'லடித்துப் போக என்ன காரணம்? எப்போதாவது அதுபற்றி எண்ணிப் பார்த்திருப்பீர்களா? அவளுடைய பார்வையில், வார்த்தையில், முகத்தில், அங்க அசைவுகளில் எந்த முறையீட்டையும் நீங்கள் காணவில்லையா? நீங்கள் கண்டுகொள்ளாவிடில் பிரச்சனைதான். எப்படிக் கண்டறிவீர்கள்?

முகத்தில் துயரத்தின் நிழல் படிந்திருக்கும்.

உரையாடலில் நம்பிக்கைத் தளர்ச்சி காணப்படும்.

அதுவரையிருந்த நகைச்சுவை உணர்வு தொலைந்துபோய் விட்டிருக்கும்.

போதிய உறக்கமில்லாமல் கண்களில் கருவளையம் விழுந் திருக்கும். வழக்கத்தைவிட தாமதமாகவே உறங்கச் செல்வார். தூக்கம் பிடிக்காமல் படுக்கையில் புரண்டு கொண்டிருப்பார்.

பாலுறவில் நாட்டமிருக்காது.

ஞாபகசக்தி குறையத் தொடங்கும்.

போதிய விழிப்புணர்வு இருக்காது.

நீண்ட பெருமூச்சு, புலம்பல் இருக்கும்.

தெளிவாகக் கூறமுடியாத உடல் உபாதைகளும் உண்டாகும்.

- இவையெல்லாம் சோர்வுநிலைக்குத் தள்ளப்பட்ட ஒரு மனைவியிடம் காணப்படும் பொதுவான சில அறிகுறிகள்.

உளவியல் நிபுணரின் ஆலோசனை, மருத்துவப் பரிசோதனை தேவைப்படும். மணவாழ்க்கையில் ஈடுபட்டிருக்கும் பெண்ணுக்கு, உடல்சார்ந்த சில காரணங்களும் இருக்கக்கூடும். மாதவிடாய் ஒழுங்கற்றுப் போதல், இயக்குநீர் குறைபாடு (Harmonal Disorder) உயிர்ச்சத்துப் பற்றாக்குறை இவை குறிப்பிடத்தக்கவை. ஏமாற்றம் புறக்கணிக்கப்பட்ட உணர்வு போன்ற மனம் சார்ந்த காரணங்களும் இருக்கும்.

உங்கள் மனைவியிடம் பரிவுகாட்டி அவருடைய சோர்வுக்கான காரணத்தைத் தெரிந்துகொள்ளுங்கள். எந்த ஒன்றிலும் தாமதம் விபரீதம்.

பொதுப்படையாகச் சொல்கிற ஆறுதலும், தேறுதலும் பெரிய அளவில் பலனைத் தந்துவிடாது. இடமாற்றமும், ஓய்வும் அவசியப்படும்.

அமைதியான இயற்கைச்சூழலில் கணவன் மனைவி இருவர் மட்டும் சிலநாள் தங்கிவரலாம் (குழந்தைகள் இருப்பின் அவர்களை உறவினர்களிடம் விட்டுச் செல்லலாம்).

இசை, மனதுக்கினிய காட்சிகள், பூங்காக்கள், கடற்கரை இவை புத்துணர்வை ஏற்படுத்தும்.

குடும்ப உறுப்பினர்கள் அனைவரும் குடும்பத் தலைவிக்கு அன்புப் பரிசொன்றை வழங்குவதோடு, தாங்கள் எப்போதும் அவருக்குப் பக்கபலமாய் இருப்பதை உறுதிப்படுத்தலாம்.

மனைவியைத் தனியிடத்துக்கு அழைத்துச்சென்று, அவர் மனம்திறந்து பேசும் சூழ்நிலையை ஏற்படுத்தலாம். தன்னுடைய கவலைகளை, ஏக்கத்தை, மனக்குறைகளை அவர் வெளிப்படுத்தட்டும். நீங்கள் கனிவோடும், பொறுமையோடும் அவரை அணுக வேண்டும். தன்னுடைய மனக்குமுறல்களை அவர் முழுமையாய் கொட்டித் தீர்க்கும்வரை குறுக்கிடாதீர்கள்.

தன்னுடைய கடுமை தணிந்து இலகுவாகும்வரை அவர் இளைப்பாறட்டும்.

நீங்கள் இதமாக நடந்து அவரை இயல்பு நிலைக்குக் கொண்டுவர முடியும்.

கணவன் மனைவி இருவருமே புரிந்துகொள்ள வேண்டிய உண்மை ஒன்று உண்டு. அது -

சி.எஸ். தேவநாதன்

'வாழ்க்கையின் எல்லா நாட்களும் விரும்பத்தக்கதாய் இருப்பதில்லை' என்பதே. வெற்றி தோல்வி, இன்பம் துன்பம், மகிழ்ச்சி வருத்தம், உறவு பிரிவு என்று எல்லாவற்றையுமே இரட்டையாய் படைத்திருக்கிறான் இறைவன். ஒன்றைவிட்டு ஒன்று வருவதில்லை. ஒன்றைத் தொடர்ந்து இன்னொன்று வரவே செய்யும். விரும்பத் தக்கதை வரவேற்றுக் கொள்கிற நாம் விரும்பத்தகாதவைகளையும் எதிர்கொள்ளத்தான் வேண்டும். எந்த நிலையிலும் மனம் சோர்ந்துவிடத் தேவையில்லை. வாழ்க்கையின் சுவாரசியமே அதன் வெரைட்டியில் (Variety) இருக்கிறது என்பதை நினைவில் வையுங்கள்.

8

பொங்கும் எரிமலையாய்

புகைந்து நெருப்பைக் கக்கும் எரிமலை அத்தனை சீக்கிரம் அணைவதில்லை. தீக்குழம்பு வெடித்துச் சிதறும். வெகுதூரத்துக்கு அது பாதிப்பை உண்டுபண்ணும். வெகுநாளைக்கு அதன் சீற்றம் தணிவதில்லை.

சில வீடுகளில் எரிமலையாகத்தான் கணவன் பொங்கித் தீர்க்கிறான். அவன் எதற்காக எரிந்து விழுகிறான் என்றே மனைவிக்குத் தெரியாது. 'என்ன ஆயிற்று இவருக்கு?' என்று திகைத்து நிற்பாள் அவள்.

நிர்வாக மேலிடம் அவனுக்கு 'மெமோ' கொடுத்து அவனுடைய தவறுகளுக்காக எச்சரித்திருந்த நாளில், 'உங்களுக்கு எப்போ ப்ரமோஷன்?' என்று பெண்டாட்டி ஆர்வமாய் கேட்டால் அவனுக்கு எப்படி இருக்கும்?

வீடு கட்டியதில் வங்கிக் கடனோடு, வெளியிலும் கடன்வாங்கி தீர்க்கமுடியாமல் திண்டாடும் கணவனிடம், 'இந்த ஓட்டை ஸ்கூட்டரை இன்னும் எத்தனை நாளைக்குக் கட்டி அழுவீங்க. புது வீட்டுக்கு புதுக்கார்' என்று மனைவி சொன்னால் அவனால் பொறுமையாகக் கேட்டுக் கொண்டிருக்க முடியுமா?

சூடாகிற நேரங்கள்

கோபம் சொல்லிக் கொண்டு வருவதில்லை. சூழ்நிலை எப்போது வேண்டுமானாலும் சூடாகி விடக்கூடும். சுடுசரமாய் வார்த்தைகள் வந்துவிழும்.

ஒருகட்டத்தில் கணவன் கையை ஓங்குவான். மனைவி பெருங்குரலெடுத்து அழத் தொடங்குவாள். 'இதென்னடா வம்பாப் போச்சு. அக்கம் பக்கத்தில் நக்கலா பேசுவாங்களே' என்று எண்ணிக்கொண்டு அவன் வெளியில் நடையைக் கட்டுவான். கதை அத்தோடு முடிவதில்லை.

அடுத்தடுத்த காட்சிகள் அரங்கேறும், எதிர்பாராத திருப்பங்களுடன்.

அவள் சமையலை நிறுத்தி, ஓசையெழ பாத்திரங்களை வீசியெறிவாள். அல்லது படுக்கையறையிலும் அவனைப் பட்டினி போடுவாள். சமயத்தில் அவனைக் கலவரப்படுத்தும் உத்தேசத்தில் பிறந்தகத்துக்கு நடையைக் கட்டினாலும் கட்டுவாள்.

இப்படி அவனுக்கு அதிர்ச்சி வைத்தியம் நடக்கும்.

சண்டை சச்சரவு எப்படி வரும் என்றே தெரியாது, அது எப்போது முடியும் என்றும் தெரியாது - ஆனால், ஒன்று நிச்சயம். ஒவ்வொரு யுத்தத்துக்குப் பிறகும் வெள்ளைக் கொடி பிடித்து சரணடையத் தயாராவது கணவன்தான்.

அவன் எத்தனைக்கு வீம்பு பேசினானோ, அத்தனைக்கு ஒரேயடியாய் விழுந்து கிடப்பான். பின்னே, கட்டிலறையில் காய்ந்து கிடக்க அவனால் முடியுமா? எத்தனை நாளைக்குத்தான் அவளிடம் பேசாமல் இருக்கமுடியும். அவளுடைய கருணையை, கனிவான வார்த்தையை எதிர்பார்த்து அவன் பரிதாபமாகக் காத்திருப்பான்.

'நான்தான் அவருக்குத் தொந்தரவு கொடுத்து விட்டேனோ' என்று கவலைப்படுவாள் அவள்.

'நான் அவளிடம் அப்படி கூச்சல் போட்டிருக்கக்கூடாது' என்று தன்னைத்தானே நொந்துகொள்வான் அவன்.

'ஆனாலும் இவருக்கு இத்தனை கோபம் கூடாது' என்று தனக்குள் சொல்லிக் கொள்வாள் அவள்.

'தப்பு என்னோடதுதான்' என்று எண்ணிக் கொண்டவன், பெட்ரூமில் கூரையைப் பார்த்தபடி, 'இனிமே நாம இப்படி விவாதம் பண்ணிக்கக்கூடாது' என்று வாய்விட்டுச் சொல்வான்.

அவள் கூந்தலில் சூடிய மல்லிகை மணத்தில் கிறுகிறுத்து, தன்னையறியாமலே அவளுடைய தோளை வருடுவான். தடையிருக்காது என்று உணர்ந்ததும் அந்தக் கை மெள்ளக் கீழிறங்கும்.

இப்படித்தான் இவர்கள் ஒருபாட்டம் சண்டை போட்டு, ஓய்ந்து போவது.

‘உனக்கு நல்லா ட்ரஸ் பண்ணிக்கத் தெரியலே. மேரேஜ் ரிசப்ஷனுக்கு இப்படியா ஒரு மங்கின கலர் சேலையை உடுத்திட்டு வருவே. கொஞ்சமும் ‘ட்ரஸ் சென்ஸே’ கிடையாது. எப்படித்தான் உன்னை வெளியே கூட்டிட்டுப் போறது?’ என்று கணவன் சிடுசிடுப்பான்.

‘ஆமா, நீங்க வாங்கிக் கொடுத்த காஞ்சிபுரம் சேலைகளை வைக்க பீரோவில் இடமே இல்லை’ என்று இடக்காகக் கேட்டு வைப்பாள் மனைவி.

காட்டு மரங்கள் உரசிக் கொள்ள காடே பற்றியெரியும்.

வீண் விவாதம் வேண்டாமே

மிஸ்டர் எக்ஸ் தனியார் நிறுவனம் ஒன்றில் வேலை பார்க்கிறவர். மனைவி தாறுமாறாய் செலவு பண்ணி, தம்மை மாதத்தில் பாதி நாளிலேயே அல்லாட விடுவதாய் மனக்குமுறல் அவருக்கு.

‘தரித்திரம். ஏகத்துக்கும் செலவு பண்றா, எவ்வளவு பணம் வந்தாலும் பஞ்சப்பாட்டுதான். ஒருநாளும் மனுஷனை நிம்மதியா இருக்க விடறதில்லை’ என்று கூச்சல் போடுவார்.

ஆனால் மனைவி கொஞ்சமும் அலட்டிக் கொள்ளாமல், ‘வெளியில் சொன்னா வெட்கம், அழுதா துக்கம்னு இருக்கு உங்க சம்பளம். இதில் உங்களையும், குழந்தைகளையும் வச்சு மேய்க்கறது பெரும்பாடு. இனிமே நீங்க சம்பாரிச்சுண்டு வர்றதை உங்க கையாலேயே செலவு பண்ணுங்க. நான் அக்கடான்னு கெடப்பேன் ஒரு மூலையில்’ என்று குரலை உயர்த்துவாள் திருமதி.

(ஒவ்வொரு பொருளும் என்ன விலை விக்கறதுன்னு உங்களுக்குக் கொஞ்சமாவது தெரியுமா? பேப்பர்லயும், டி.வி.லயும் விலைவாசி விபரம் பார்த்தாத்தானே’ என்று சாட்டை சொடுக்குவாள். அவர் மறுவார்த்தை பேசமுடியாமல் நெளிவார்.

நாம் நேசிக்கிற ஒருவரிடம் விவாதம் பண்ணி சண்டை போட்டு நிம்மதி இழப்பதைவிட, விவாதம் தொடங்கும் முன்பாகவே அதற்கு முற்றுப்புள்ளி வைத்துவிடுவது நல்லது அல்லவா!

கடுகை மலையாக்குவது பெண்ணின் குணம் என்றால், எடுத்ததற்கெல்லாம் சண்டைபிடிப்பது சில ஆண்களின் குணம்.

கணவன் மனைவி இருவருக்கிடையில் எப்படி கலகம் பிறக்கிறது?

விலைமிக்க (உடனடித் தேவையில்லாத) பொருட்களை வாங்குவது, வீட்டுக்கடமைகளைச் செய்யத் தவறுவது, கருத்து முரண்பாடு கொள்வது. உடலுறவுப் பிரச்சனை இப்படி ஏதோ ஒன்று சின்னத் தீப்பொறியை ஊதிப் பெரிதாக்கும் காரியத்தைச் செய்துவிடும்.

உரையாடலை முறையாக நடத்திச் செல்லத் தெரியாதவர், அதை காரசார விவாதமாக்கி விடுவார். ஆனாலும், விவாதம் எப்போது விபரீதமாய் உருவெடுக்கும் என்பதை உள்ளுணர்வு அறியும். உள்ளே சிவப்பு விளக்கு எரியத் தொடங்கியதுமே சுதாரித்துக் கொண்டுவிட வேண்டும். பேச்சின் வேகத்தைக் குறைப்பது, பேச்சைத் திசை மாற்றுவது அல்லது மவுனமாகி விடுவது என்று களத்தில் எத்தனை யுத்த தந்திரங்கள் இருக்கின்றன.

மன உளைச்சலில் இருப்பவர்கள் அற்ப காரணத்துக்கும் சண்டை போடத் தயாராகி விடுவார்கள்.

நன்றாக உறங்கிக் கொண்டிருக்கும் கணவனை எழுப்பி, 'நாளைக்கு இன்ஷூரன்ஸ் கட்டணும் மறக்காம' என்று மனைவி சொல்வதில் ஏதும் நியாயம் உண்டா?

பற்றிக் கொண்டுவரும் கணவனுக்கு.

'உனக்குத் தூக்கம் வரலேன்னா ராத்திரி பன்னிரண்டு மணிக்கு என்னோட உயிரை வாங்கறயே' என்று கத்துவான்.

'நடுச்சாமத்தில் ஏன் இப்படிக் கத்தறீங்க, ஆனாலும் உங்களுக்கு இத்தனை கோபம் கூடாது' என்று சன்னக்குரலில் மனைவி கடிந்து கொள்வாள்.

இவர்கள் மாறிமாறிப் பேசிக் கொண்டிருக்க ஓசைப்படாமல் பொழுது விடிந்தேவிடும். காலையில் அலுவலகம் செல்கிறபோது அவர்களுடைய மனநிலை (Mood) நல்லவிதமாகவா இருக்கும்.

அண்டை வீட்டுக்காரர் கேட்பார், 'என்ன சார் நாமளும் பத்து வருசமா பழகிட்டிருக்கோம். எனக்குத் தெரிஞ்சு ஒருநாள்கூட உங்க வீட்ல கோபதாபம், கூச்சல் குழப்பம்னு காதில் விழலே' என்று வியப்புடன்.

'உங்களுக்காக நாங்க சண்டை போட்டுக்கணும் போலருக்கு' சிரித்தார் இவர்.

‘சார், தப்பா நினைக்கக்கூடாது. குடும்பம்னா ஒருநாள் இல்லேன்னா ஒருநாள் சண்டை போட்டுக்குவாங்கதானே’ என்றார் அண்டை வீட்டுக்காரர்.

‘எங்கவீட்ல சண்டைக்கெல்லாம் சான்ஸே இல்லை. என் பெண்டாட்டி கோபப்படறதா தெரிஞ்சதுமே நான் வாயை மூடிக் கொண்டு விடுவேன். எனக்குக் கோபம் வர்றதா தெரிஞ்சதுமே அவ வாயை மூடிக்குவா’ என்றார் இவர்.

நல்ல உத்திதான் நாமும் பயன்படுத்திப் பார்க்கலாமே.

இறுக்கமான சூழ்நிலையை இலேசாக்க நகைச்சுவை உதவும்.

கல்யாணமான புதிதில் திருமதி. கே எதையோ அசட்டுத்தனமாக செய்துவைக்கப் போக திருவாளர் கோபத்தில் குதித்தார். ‘நீ செஞ்ச இந்தத் தப்புக்கு சீனாவுலன்னா இந்நேரம் உன்னைச் சுட்டுத் தள்ளியிருப்பாங்க’ என்றார்.

திருமதி கே, ‘சரிதான் இங்க செஞ்ச தப்புக்கு சீனாவுல எப்படி தண்டனை கொடுப்பாங்களாம்?’ என்றாள் முகத்தை அப்பாவித்தனமாக வைத்துக்கொண்டு.

திருவாளர் விழித்தார். தான் எத்தனை அபத்தமாகப் பேசி விட்டோம் என்பதை உணர்ந்து, மழுப்பலாகச் சிரித்தார்.

உறவை மதியுங்கள்

எப்போதுமே ‘நான் செஞ்சது சரி, நீ சொல்றது தப்பு’ என்று விவாதிப்பது முட்டாள்தனம். குடும்பத்தில் ஏற்படும் பிரச்சனைக்கு கணவன் அல்லது மனைவி மட்டுமே காரணமல்ல. இருவருக்கும் தவற்றில் பங்கு உண்டு.

ஒருவர் எப்போதடா தவறு செய்வார் என்று மற்றவர் காத்திருக்கக்கூடாது. சண்டை பிடிக்கும் சந்தர்ப்பங்கள் ஒவ்வொன்றும் உறவை சரிவுப்பாதையில் தள்ளிவிடும். எத்தனை தவறு செய்திருப்பார் என்று எண்ணிக் கொண்டிருப்பதைவிட, எத்தனை நற்செயல்களைச் செய்திருக்கிறார் என்பதைக் கருத்தில் கொள்ளவேண்டும்.

உறவை மதிக்கும் தம்பதிகள் ஒருபோதும் தங்களுக்குள் மோதிக்கொள்ள மாட்டார்கள். சண்டைபிடித்து நேரத்தை வீணடிக்காமல், தங்கள் நெருக்கத்தை அதிகரித்துக் கொண்டு இன்புறுவதில் அந்த நேரத்தைச் செலவிடுவார்கள்.

உங்கள் கணவரின் தவறுகளை நீங்கள் பெரிதுபடுத்தாமல் விடுவதால் 'ஏமாளி' ஆகிவிடமாட்டீர்கள். தம்முடைய தவறுகளை உணர்ந்து அவர் வருந்தும் நிலையில் அவரை மன்னிப்பதால் நீங்கள் தோற்றுப் போனதாய் அர்த்தமல்ல. யார் பெருந்தன்மையாகத் தவறுகளை மன்னித்து மறக்கிறாரோ அவரே வெற்றி பெற்றவராவார். கோபத்தை விடுங்கள், பெருந்தன்மையாக நடந்து கொள்ளுங்கள். உங்கள் வாழ்வு ஒரு புதிய பரிமாணத்தைப் பெற்றுவிடும். உங்களுக்குள் ஒரு புதிய சங்கமம் ஏற்படும்.

9

மனைவியைத் துன்புறுத்தும் கணவன்

தன் மனைவியை விட தான் உயர்த்தி என்கிற அகந்தைதான் கணவனை முரட்டுத்தனமாக நடந்து கொள்ள வைக்கிறது.

அலட்சியத்திற்கு என்ன காரணம்?

மனைவியைக் கணவன் மதிக்காமல் நடத்துவதற்கு எத்தனையோ காரணங்கள்.

அவனுடைய பெற்றோர்கள் படித்த, நற்பண்புகள் கொண்ட பெண் என்பதற்காக ஒரு ஏழைவீட்டுப் பெண்ணை அவனுக்கு கட்டி வைத்திருப்பார்கள். படிப்படியாக நிறுவனத்தில் உயர்பதவியை அடைந்தநிலையில் 'இவள் எனக்குப் பொருத்தமில்லாதவள்' என்ற எண்ணம் அவனுக்கு ஏற்பட்டிருக்கும்.

மனைவியின் நிறக் குறைவு, பருமன் போன்ற காரணத்தால் அவளை அவனுக்குப் பிடிக்காது போகலாம்.

மனைவியை ஒரு மனுஷியாகவே மதிக்கத் தோன்றியிருக்காது அவனுக்கு.

தான் காதலித்த பெண்ணை மணக்க முடியாமல் போனதில் ஏற்பட்ட கோபத்தை மனைவியாக வந்தவளிடம் காட்டுவான்.

வேறொரு பெண்ணிடம் கள்ளத்தொடர்பு கொண்டு, இவளை வெறுத்திருப்பான்.

'சொஸைட்டி'யில் தனக்குள்ள மதிப்புக்கேற்ப நடந்துகொள்ளத் தெரியாதவள் என்று நினைத்திருப்பான். விருந்து, விழா போன்ற நிகழ்ச்சிகளில் தன்னோடு அழைத்துப் போக சற்றும் பொருந்தாதவள் என்று கருதக்கூடும்.

மனைவியிடம் விரும்பத்தக்க ரசனைகளோ கலைத்திறன்களோ இருந்திருக்காது. அவளை ஒரு 'ஜடம்' என்றே அவன் முடிவு கட்டியிருப்பான்.

தன்னுடைய வக்கிர உணர்வுகளுக்கு அவள் தீனிபோட வேண்டும் என்று எதிர்பார்ப்பான்.

அந்நிலைகளில் அவளை சுயேச்சையாக நடக்க அவன் அனுமதிக்க மாட்டான். அவளுக்கு முடிவெடுக்கும் அதிகாரத்தை அவன் வழங்க மாட்டான்.

எப்படியெல்லாம் தண்டிக்கிறார்கள்!

மனைவியை உடல்சார்ந்த விதத்திலும், மனம் சார்ந்த விதத்திலும் அவன் துன்புறுத்தத் தயங்குவதில்லை. மற்றவர்கள் முன்னிலையில் அவளை மட்டம்தட்டுகிற மாதிரி பேசுவான். கடுமையான சொற்களில் திட்டுவதோடு சமயத்தில் அடித்து உதைக்கவும் செய்வான்.

தன் மனைவியை குரூரமாகத் தண்டிப்பதில் ஒவ்வொரு கணவனும் ஒவ்வொரு மாதிரி.

மனைவி மணிக்கணக்கில் சிரமப்பட்டு, கணவனுக்கு பிடித்த உணவு வகைகளைச் சமைத்து வைத்திருப்பாள். அவன் இரவு வெகுநேரமாகியும் வரமாட்டான்.

'இது என்ன சாப்பாடு, வாயில் வைக்க விளங்கலை' என்று எல்லாவற்றையும் தரையில் கொட்டிக் கவிழ்த்து, அவளைப் பட்டினி போடுகிற கணவனும் உண்டு.

ஞாயிற்றுக்கிழமை ஓய்வாக இருக்க நினைத்த மனைவியை ஓய்வெடுக்க விட மாட்டான் கணவன். நாலு நண்பர்களை திடுதிப் பென்று சாப்பிட அழைத்து வந்துவிடுவான். 'விருந்து தயார் பண்ணு' என்று உத்தரவு போடுவான்.

'ஏன்யா, உன்னை மாதிரி நானும் ஆபீஸ் போறவதானே. எனக்கு ரெஸ்ட் வேணாமா? வர்றவங்களுக்கெல்லாம் வடிச்சுக்கொட்ட என்னால் ஆகாது' என்று சொல்ல அவளுக்குத் துணிச்சல் வருவதில்லை.

தன் வாழ்க்கைத் துணைவிக்கு வலியையும் வேதனையையும் கொடுக்கும் உரிமை கணவனுக்குக் கிடையாது.

'மற்றவர்கள் உங்களை எப்படி நடத்தவேண்டும் என்று விரும்புகிறீர்களோ அப்படியே மற்றவர்களையும் நீங்கள் நடத்த வேண்டும்' இது நிறுவன மேலாண்மையில் பின்பற்றப்படுகிற ஒரு நெறிமுறை. நிறுவனத் தலைவர்களுக்குப் போலவே குடும்பத் தலைவர்களுக்கும் இது பொருந்தும்.

மணவாழ்க்கைக்கு உடல்சார்ந்த வளர்ச்சி இருந்தால் மட்டும் போதாது, மனமுதிர்ச்சியும் வேண்டும்.

சில வீடுகளில் பார்க்கலாம், வாசலில் 'பைக்'கை நிறுத்திவிட்டு கணவன் உள்ளே நுழையும்போது ஏதோ சிங்கத்தை நெருக்கத்தில் கண்டதுபோல் மனைவியும் குழந்தைகளும் நடுநடுங்கிப் போவார்கள். கைபேசியில் தன் தோழியிடம் வம்பவளந்தவளும் தங்களுக்குள் வம்புச்சண்டை போட்டுக் கொண்டிருந்த குழந்தைகளும் 'கப்சிப்'பாகி விட்டிருப்பார்கள். அத்தனை ஆரவாரங்களும் அடங்கி வீடே நிசப்தமாய் இருக்கும்.

தன் குடும்பத்தில் சில எழுதப்படாத சட்டங்களை அமுல்படுத்தி யிருப்பான் கணவன். வீட்டில் உள்ளவர்கள் அதற்கு அடங்கி நடக்க வேண்டும். அவன் போட்ட சட்டங்களுக்கு, அவன் விதிவிலக்கு. தன்னுடைய சம்பாத்தியத்தில் குடும்பம் நடக்கிறது என்கிற எண்ணமே அவனை அதிகாரம் பண்ணச் செய்கிறது.

எங்கே மனச்சாட்சிக்கும் மனிதநேயத்துக்கும் இடமில்லையோ, எங்கே பெண்ணை மதித்துப் போற்றுவதில்லையோ அங்கே செல்வம் இருக்காது. செல்வம் தங்கினாலும் நிம்மதியும் மகிழ்ச்சியும் நிலைக்கவே நிலைக்காது.

எப்போதும் மனைவியிடம் குற்றம் கண்டுபிடிக்கிற கணவன், அவளுடைய மனதைப் புண்படுத்துகிற மாதிரி அவளை விமர்சிக்கத் தயங்குவதில்லை.

'உன்னைப்போல் கரிச்சான்குஞ்சை எனக்குக் கட்டி வச்சாரே எங்கப்பா அவரைச் சொல்லணும்'

சி.எஸ். தேவநாதன்

'முன்னாடியே குண்டு, பார்க்க அசிங்கம். நீ ஜீன்ஸும், டி சர்ட்டும் போட்டா அசல் நீர்யானைதான்'

இப்படியான விமர்சனங்களை எந்த மனைவியால் தாங்கிக் கொள்ள முடியும்.

கருப்புநிறப் பெண் எப்படி சிவப்பாக முடியும்?

மரபு வழியில் பருமனான பெண் இனிமேல் எப்படி கொடிபோல் உடல்வாகைப் பெறமுடியும்?

இத்தகைய விமர்சனங்கள் சம்பந்தப்பட்ட பெண்ணை விபரீத முடிவெடுக்கச் செய்துவிடும். (அது விவாகரத்தாகவோ, தற்கொலை யாகவோ இருக்கக்கூடும்).

மிஸ்டர் எக்ஸ் தன் மனைவியைத் தண்டிக்கிற முறையே தனி. அவள் கேட்டதையெல்லாம் வாங்கிக் கொடுத்து அவளை மகிழ்ச்சியாக வைத்திருப்பார். ஆனால் அவளுடைய பிறந்தகத்து மனிதர்களை போய் பார்த்து வரவோ, அவர்கள் வீட்டு நிகழ்ச்சிகளில் கலந்து கொள்ளவோ, அவளை அனுமதிக்க மாட்டார். இவருடைய பெற்றோர்கள் ஒருசமயம் வந்து தங்கியிருந்தபோது பெண்டாட்டி அவர்களைச் சரியாக உபசரிக்கவில்லையாம். அதற்காக இந்தத் தண்டனை!

கல்லூரிப் பேராசிரியர் ஒருவர், தன் மனைவியின் யோசனை களுக்கு மதிப்பளிப்பது கிடையாது. அவள் ஏதாவது கருத்துச் சொல்ல முற்பட்டால், 'போ, போ, எங்காவது கோயில்ல போய் பிரசங்கம் பண்ணு. நீ அதுக்குதான் பொருத்தமானவ' என்பார். அவள் சுலோகம் சொல்லிக்கொண்டு பூஜை புனஸ்காரம் என்றிருப்பவள். அதனால் அப்படியொரு இளக்காரப் பேச்சு. ஒருநாள் டி.வி.யில் ஆன்மிக நிகழ்ச்சியில் அவள் உரைநிகழ்த்தியபோது கணவர் அசந்து போனார். 'அட எங்கிட்ட சொல்லவேயில்லே' என்று வாய்பிளந்தார்.

ஜேக்கப் ஒரு கட்டிடக் கலைஞர். 'என்னுடைய அறைக்குள் திடுதிப்புன்னு நுழையாதே. வீட்ல சத்தம் போட்டுப் பேசாதே. எனக்குத் தொந்தரவா இருக்கு' என்று மனைவியிடம் சத்தம் போடுவார். அவர் ஏதாவது ஒரு டிசைனை (Design) உருவாக்குவதில் மும்முரமா யிருப்பார். எப்போதும் எதையாவது சிந்தித்துக் கொண்டிருப்பார். இப்படியே பல நாட்களுக்கு மனைவியை பக்கத்தில் வரவும் அனுமதிக்க மாட்டார் அவர். அவளுடைய தேவைகள், விருப்பங்களைப் பற்றி அவருக்கு அக்கறை கிடையாது. ஆனால் அவருக்கு டி.வி. பார்க்க, செய்தித்தாள் படிக்க, நண்பர்களுடன் வெளியே சென்றுவர நேரம் இருந்தது. கோல்ஃப் மைதானத்துக்கும் சென்று வருவார்.

'இவருக்கு என்னிடம் ஏன் இந்த வன்மம்?' என்று தெரியாமல் விழிப்பாள் மனைவி. 'என்னுடைய உலகம் வேறு, இவளுடைய உலகம் வேறு. இவள் எனக்கு முக்கியமில்லை' என்பதைத் தமது நடவடிக்கைகள் மூலம் அவர் சொல்லிக் கொண்டிருப்பது ஏனோ அவளுக்குப் புரியாமல் போனது.

ஒரு கணவனுக்கு எல்லாம் தெரிந்திருக்கிறது, தன் மனைவியிடம் எப்படி எடைக்குறைப்பு செய்வது, எப்படி வீட்டைப் பராமரிப்பது என்று மணிக்கணக்கில் லெக்சர் கொடுப்பான். மனஅளவில் பலவீனப்பட்டிருக்கும் மனைவிக்கு தன்னுடைய ஆதரவு தேவை, தன் தோளில் அவள் சாய்ந்துகொள்ள விரும்புகிறாள் என்பது மட்டும் அவனுக்குத் தெரியாது.

மிஸ்டர் கே ஒரு பொறியியல் பட்டதாரி. அவனுடைய மனைவியும் பட்டம் பெற்றவள்தான். ஆனால் பொருளாதாரத்தில் அவர்கள் மணம் செய்துகொண்ட சிலநாள்வரை எல்லாம் சரியாகத்தான் போய்க் கொண்டிருந்தது. போகப்போக தன் மனைவிபற்றித் தனக்குத் தோன்றிய எண்ணங்களை அவன் தயங்காமல் வெளிப்படுத்தலானான். அவளுடைய அறிவு, திறமை தொடர்பான எதிர்மறை எண்ணங்கள் அவை. அவளிடம் எந்த ஒன்றிலும் அவன் கலந்து பேசுவதில்லை. சமையல், வீட்டின் உட்புற அலங்காரம், நிதி நிர்வாகம் என்று சகலத்திலும் அவன் 'அட்வைஸ்' பண்ணத் தொடங்கிவிட்டான். சமயத்தில் அவளுடைய பொருளாதாரவியலை, பொறியியலுடன் ஒப்பிட்டு அவளை இழித்துப் பேசுவான். அவளுடைய உயர் பண்புகளை அவன் மதிக்கவில்லை, அவளது திறமைகளைப் பாராட்டுவதில்லை என்பதை அவளுக்கு வெளிப்படையாகவே அவன் தெரிவித்துக் கொண்டிருந்தான். அந்த வீட்டின் வாசற்படியருகே கிடக்கும் ஒரு மிதியடியாகவே தன்னை உணர்ந்தாள் அவள்.

அடிப்படையில் ஏதோ ஒரு காரணத்தை வைத்துக் கொண்டுதான் (காரணமேயில்லாமலும்) ஒவ்வொரு கணவனும் தன் மனைவியை துன்புறுத்தியிருக்கிறான். மனைவியிடம் அன்புள்ள அவளை நேசிக்கிற எந்தக் கணவனும் இப்படியெல்லாம் நடந்துகொள்ள மாட்டான். அவர்கள் ஒன்றைப் புரிந்துகொள்ள வேண்டும், 'இன்னமும் தாமத மாகிவிடவில்லை இவர்கள் தங்களைத் திருத்திக் கொள்வதற்கு, மனைவியிடம் உண்மையான அன்புகாட்டி அவர்களிடையே உள்ள உறவை பலப்படுத்திக் கொள்வதற்கு'.

சி.எஸ். தேவநாதன்

10

அவரை எப்படி வழிக்குக் கொண்டுவருவது?

காற்று ஒரே திசையில் வீசிக்கொண்டிருப்ப தில்லை. கடலில் போடும் படகின் பயணம் ஒரே சீராய் இருப்பதில்லை. எப்போது வேண்டுமானாலும் அவற்றின் போக்கு மாறும்.

கணவனின் மனநிலை மாறிக்கொண்டேயிருக்கும். தன்னுடைய எதிர்பார்ப்புக்கு மாறாக மனைவி நடப்பதாய் அவன் கருதும்போதும், தன் விருப்பங்களை மனைவி புறக்கணிக்கிற போதும், தன் முக்கியத்துவம் குறைவதாய் நம்புகிற நிலையிலும் அவனுக்கு அவளிடம் பேசப் பிடிக்காது. ஒரு மவுன யுத்தத்தை அவன் துவங்கி விடுவான். அவளிடம் பேசுவதற்குப் பதிலாக சுவற்றைப் பார்த்த படியோ, கூரையை நோக்கியபடியோ எதையாவது சொல்வான். அல்லது தான் சொல்ல வேண்டியதை குறிப்புச் சீட்டில் எழுதி (மேசைமீதோ அல்லது அவளுடைய பார்வை படுகிற இடங்களில்) வைத்துவிடுவான். அல்லது, குழந்தைகள் மூலம் சொல்லி தன் தேவைகளை அவன் நிறைவேற்றிக் கொள்வான்.

வழியா இல்லை பூமியில்

'ம்.... இவருடைய வீம்பு பற்றி எனக்குத் தெரியாதா? சாயந்தரம் வரை தாங்குமா, ராத்திரி கண்டிப்பா

குழைஞ்சுக்கிட்டே வருவார்' என்று மனைவி எண்ணிக் கொள்வாள். தன்னுடைய பலத்திலும் அவனுடைய பலவீனத்திலும் அத்தனை நம்பிக்கை அவளுக்கு. ஆனால், அவன் படுக்கையின் மறுகோடிக்குப் போய்விடுவான், அல்லது ஹாலில் சோபாவிலேயே படுத்துத் தூங்கிவிடுவான். 'யுத்தம்' இரண்டுநாள் மூன்றுநாள் என்று நீடிக்கும் போது அவள் உண்மையிலேயே கலங்கிவிடுவாள்.

'மை காட்! இவரை எப்படி வழிக்குக் கொண்டுவர்றது?' என்று விழிக்க வேண்டாம்.

கணவனைக் கவரக்கூடிய ஒரு முக்கிய விஷயத்தைக் கையிலெடுக்க வேண்டும். எதைச் சொல்ல விரும்புகிறீர்களோ அதில் தெளிவாயிருங்கள். சுவாரசியமூட்டும் சொற்களைத் தேர்ந்தெடுத்துக் கொள்ளுங்கள்.

பேச்சை உடனே தொடங்கிவிடக் கூடாது.

'உங்கள்ட்ட நான் பேசியே ஆகணும்...'

'ஒரு முக்கியமான விஷயம், அப்புறம் பேசுவோமா?'

'உங்கள்ட்ட பேசணும்னு ரொம்ப நேரமா நான் நினைச்சுக் கிட்டிருக்கேன்' போன்ற வார்த்தைகளைப் பயன்படுத்த வேண்டாம்.

உகந்த சூழ்நிலை முக்கியம். அவர் அலுவலகத்துக்கு புறப்படும் போது பரபரப்புற்று காணப்படுவார். மாலையில் வீடு திரும்பும்போது அவர் களைத்து சோர்ந்திருப்பார். சமயத்தில் உடல்நலக் குறைவும் ஏற்பட்டிருக்கலாம். அந்நிலைகளில் பேச்சைத் தொடங்க வேண்டாம்.

கணவரின் மனநிலையையும் கருத்தில் கொள்ள வேண்டும். மனிதர் அலுவலகத்தில் ஏதாவது பிரச்சனையில் சிக்கியிருப்பார். முக்கியமான காகிதத்தைத் தொலைத்திருக்கக்கூடும். வரவேண்டிய பணம் கைக்கு வந்திருக்காது. அத்தகைய சந்தர்ப்பங்களில் அவரை நெருங்காமல் பத்தடி தள்ளியிருப்பதே உத்தமம்.

எல்லாம் சரியாக அமைந்தவுடன் பேசத் தொடங்குங்கள். பேசும்போது குரலை உயர்த்தாதீர்கள். வளவளவென்று பேசாதீர்கள். இனிய குரலில் பேசுங்கள். பேச்சில் உங்கள் விருப்பம், எதிர்பார்ப்பு இடம் பெற வேண்டும். உங்கள் பேச்சு எதைச் சொல்ல வேண்டுமோ அதையே மையப்படுத்தியிருப்பது அவசியம். எதற்கும் மனதில் ஒருமுறை ஒத்திகை பார்த்துக்கொண்டு விடலாம்.

உங்கள்மீது அவருக்குக் கோபமோ, வருத்தமோ ஏற்பட என்ன காரணம் என்று உங்களுக்குத் தெரிந்திருக்கும். அவற்றைப் போக்குகிற விதமாய் பேச்சில் ஆதாரங்களை எடுத்து வைப்பதும் தொடர்புள்ள வற்றைப் பேசுவதும் நல்லது. அவருக்குக் கட்டளையிடுகிறமாதிரியோ அவரிடம் கெஞ்சுகிற மாதிரியோ பேசாதீர்கள். 'இதுதான் நான் சொல்ல விரும்பியது' என்று தெரிவித்து விடுங்கள்.

கணவர் பிரச்சனையில் இருக்கும்போது நீங்களாக முந்திக்கொண்டு யோசனை சொல்லாதீர்கள். 'என்னுடைய உதவி தேவையா?' என்று கேளுங்கள். 'தோள்கொடுக்க நான் இருக்கிறேன்' என்று உணர்த்துகிற மாதிரி நடந்துகொள்ளுங்கள்.

மற்றவர்கள் முன்னிலையில் 'சுத்த அசடாயிருக்கீங்களே' என்கிற மாதிரி மட்டம் தட்டிப் பேசினால் அவருக்கு வருத்தம் வராமல் இருக்குமா? எப்போதும் உங்கள் பிறந்தகத்துப் பெருமைகளையே நீங்கள் பேசிக் கொண்டிருந்தால் அவர் எப்படிக் கோபப்படாமல் இருப்பார்?

கணவருக்கு விருப்பமானதைச் செய்யுங்கள். அவருடைய கண்ணுக்கு அழகாய்த் தோன்றுவது, காதுக்கு இனிமையாய் பேசுவது, வாய்க்குச் சுவையாய் சமைத்துப் பரிமாறுவது. மனதுக்குப் பிடித்தமாதிரி நடந்துகொள்வது என்று உடனடி நடவடிக்கைகளை மேற்கொள்ளுங்கள்.

'உங்களைவிட நான் ஒரு படி மேல்' என்கிற மாதிரி நடந்து கொள்ளாதீர்கள். (உண்மையிலேயே நீங்கள் அப்படி இருந்தாலும்). அது அவருக்கு தாழ்வு மனப்பான்மையை உண்டுபண்ணக்கூடும்.

தட்டிக்கொடுத்துப் பேசுங்கள். எல்லாம் சரியாகிவிடும். விட்டுப் பிடியுங்கள், தன்னால் வழிக்கு வரும்.

குறைகள் இல்லாத மனிதர்களில்லை. உங்கள் கணவரிடம் இருக்கும் தீய பழக்கங்களை, விரும்பத்தகாத நடத்தை முறைகளை நீங்கள் ஒரே நாளில் மாற்றிவிட முடியாது. பொறுமையாக இருங்கள், உங்கள் பேச்சுக்கு உடனே பலன் கிடைக்க வேண்டும் என்று அவசரம் காட்டக்கூடாது.

நீங்கள் எதைச் செய்தாலும் அவரிடம் கலந்தாலோசியுங்கள். அப்போது அவருடைய முக்கியத்துவத்தை அவர் உணரும்படியாய் செய்கிறீர்கள்.

மனதுக்கு மகிழ்ச்சி தரக்கூடிய விஷயங்களைக் கண்டு கொள்ளுங்கள், அவற்றைப் பேசுங்கள்.

சில கணவன்மார்கள் 'க்ளப்'புக்குப் போவதும், டி.வி.யில் மூழ்குவதும், வெகுநேரம் நண்பர்களுடன் அரட்டையடிப்பதும் பெண்டாட்டி தொல்லையைச் சமாளிக்கத்தான். அவற்றில் கிடைக்கிற மகிழ்ச்சியை உங்கள் தோற்றம், பேச்சு, செய்கைகள் மூலம் நீங்கள் அவருக்குக் கொடுக்க முடியும். அவருடைய கவனத்தை உங்கள் பக்கம் திருப்ப உங்களால் முடியும்.

எப்படி கவனத்தை ஈர்ப்பது?

எவ்வித முன்யோசனையுமின்றி கணவரின் கருத்துகளை மறுக்க முனையாதீர்கள். எதிர்ப்புணர்வு காட்டாமல் அவர் சொல்வதைக் கேட்பதன்மூலம், அனாவசிய டென்ஷனுக்கு இடமளிக்காமல், இணக்கமான சூழலை ஏற்படுத்தலாம்.

உங்கள் எதிர்பார்ப்புக்குப் பொருந்தாதவிதத்தில் அவர் ஏதாவது செய்துவைத்தால் பேசாமல் வாயை மூடிக் கொண்டுவிடுங்கள்.

வீட்டின் உட்புற அலங்காரத்தில் அவருடைய ரசனைக்கு மதிப்புக் கொடுத்து அவரிடம் ஆலோசனை கேளுங்கள். (சுவற்றுக்கு வண்ணம் பூசுவது, பர்னிச்சர்களை மாற்றி அமைப்பது, ஜன்னல் திரை, சோபா உறைகளின் நிறத் தேர்வு போன்றவற்றில்). அவருடைய ரசனைக்கு நீங்கள் முக்கியத்துவம் கொடுக்கிறீர்கள் என்கிறபோது அவருக்கு உற்சாகம் ஏற்படாமல் போகுமா? அவரும் எந்தவிதத்தில் எல்லாம் உங்களோடு நேரத்தைக் கழிக்கலாம், இருவரும் சேர்ந்து எதையெல்லாம் செய்யலாம் என்று அவரும் திட்டமிடத் தொடங்கிவிடுவார்.

நேர்மறை மனோபாவத்துடன் சிந்தியுங்கள், பேசுங்கள், செயல்படுங்கள்.

கணவனின் கவனத்தைக் கவர மனைவி என்ன செய்யலாம்? எடையைக் குறைக்கலாம் (பருமனையும்), முடியலங்காரத்தை மாற்றிக் கொள்ளலாம், லேட்டஸ்ட் டிஸைன்களில் உடை அணியலாம். ஒவ்வொரு மாலையும் கணவர் வீடு திரும்பும்போது அவருடைய பார்வை உங்கள் மீதே பதிந்திருக்கும்படி தோற்றத்துக்குப் பொலிவூட்டுங்கள்.

உங்கள் கணவர் மற்றவர்களைவிட உங்களோடு அதிக நேரம் இருக்க, மற்றவர்களைவிட உங்கள் அருகாமையைப் பெரிதும் விரும்ப என்னவெல்லாம் செய்ய முடியுமோ அவற்றைச் செய்யுங்கள். மற்றவர் களைவிட (கணவனின் அலுவலக சகாக்கள், நண்பர்கள்) அவருடைய வாழ்க்கையில் அதிக அக்கறை காட்டுங்கள். பிறகெதற்கு தம்முடைய நேரத்தை அவர் வெளியில் வீணடித்துக் கொண்டிருக்கப் போகிறார்?

சி.எஸ். தேவநாதன்

மனைவி தன்னிடம் ஆலோசனை கேட்பதை, சந்தேகங்களைத் தெளிவுபடுத்திக் கொள்வதை, தன்னுடைய உதவியை வேண்டி நிற்பதை விரும்பாத கணவன் யார்?

கணவனின் தயக்கத்துக்கு என்ன காரணம்?

மனைவி பாடுவதிலும், ஓவியம் வரைவதிலும் தேர்ந்தவளா யிருப்பாள். அலுவலகப் பணியில் அடுத்தடுத்து பதவி உயர்வுகள் அவளுக்குக் காத்திருக்கும். ஆனால் அவளுடைய கணவனுக்கு அவளைப் பாராட்டவோ அவளது வளர்ச்சியில் அக்கறை காட்டவோ விருப்பம் இருக்காது. எப்போதுமே தன்னை ‘பிஸி’யாகக் (Busy) காட்டிக்கொண்டு அவளை நெருங்காமலே போய்க் கொண்டிருப்பான். மனைவியே வலிய வந்து பேசினாலும் ஆர்வமின்றி, தலையாட்டி வைப்பான்.

தங்கள் கணவன் மற்றவர்களோடு பேசும் அளவுகூட தங்களிடம் பேசுவதில்லை, தங்களை ஊக்குவிக்கிற மாதிரி நடந்து கொள்வதில்லை என்கிற புகார் நிறைய பெண்களிடம் இருக்கிறது.

கணவன், மனைவியுடன் எண்ணப் பகிர்வு இல்லாமல் போக எத்தனையோ காரணங்கள்.

‘என்னுடைய உணர்வுகளை இவளுடன் நான் எதற்காகப் பகிர்ந்துகொள்ள வேண்டும், அதனால் பலனேதும் உண்டா? எனக்கு வருகிற பிரச்சனைகளை நானே தீர்த்துக் கொள்வேன்’ என்கிற எண்ணம் அவனுள் மேலோங்கி இருக்கும்.

பெண்ணைப்போல் சுற்றி வளைத்துப் பேசுவதில் அவனுக்கு விருப்பமிருக்காது. பெண்ணுக்கு அந்தரங்க விஷயங்களை அறிவதில் ஆர்வம். ஆண் அத்தகைய உரையாடல்களுக்குத் தயாராயில்லை.

கணவன் மவுன யுத்தத்தில் ஈடுபட மதுப்பழக்கம், குழந்தைப் பருவத்தில் ஏற்பட்ட அதிர்ச்சி, பால் சார்ந்த இயக்கக் கோளாறு (Sexual Dysfunction) போன்ற வெளிப்டையாய் பேசத் தயங்குகிற காரணங்களும் இருக்கக்கூடும்.

நீங்கள் கவனமுடன் ஆராய்ந்து, தக்க முயற்சிகளை மேற்கொள்ளுங்கள்.

11

உறவு மேம்பட என்ன வழி?

மண்ணில் ஊன்றப்பட்ட விதை சிலநாளில் முளைத்து, தளிர்விடும். சில மாதங்களில் அது செடியாகும். போதிய நீர், வெளிச்சம், உரமிட்டுப் பாதுகாத்துவர சில ஆண்டுகளில் அந்தச் செடி மரமாகும். ஆக, மந்திரத்தில் மாங்காய் காய்ப்பதில்லை என்பது தெளிவாகிறது. மணவாழ்க்கையும் அப்படித்தான்.

அன்பு என்கிற நீர்பாய்ச்சி, ஆர்வம் என்கிற ஒளியூட்டி, புரிதல் என்கிற உரமிட்டு உறவை நாளும் வளர்த்தால்தான் வாழ்க்கை பலன் கொடுக்கும்.

வாழ்வின் ஒளியைப் போற்றுங்கள்

கணவன் மனைவி இருவரும் ஒருவரோடு ஒருவர் இணைந்து ஐக்கியமாவதும், ஒருவரைவிட்டு ஒருவர் விலகிப் போவதும் அவர்களது மனங்களைப் பொறுத்தே அமைகிறது.

கவனிப்பாரற்ற நந்தவனம் செடிகள் காய்ந்து, மரங்கள் பட்டுப்போய் சீக்கிரமே பாழ்நிலமாகி விடும். மணவாழ்விலும் சிறந்த முறையில் உறவைப் பராமரிக்கா விட்டால் வாழ்க்கை வறண்டுபோய் விடும்.

உறவைப் பராமரிக்க ஒன்றல்ல நூறு உத்திகள் உண்டு. கணவனின் கவனத்திற்கு -

நேற்றுவரை யாரோ ஒரு பெண், இன்று என் மனைவி. இவள் என்னில் சரிபாதி. எனக்கு உயிர். அவளில்லாமல் நானில்லை என்கிற உணர்வுடன் மனைவிக்கு முக்கியத்துவம் அளிக்கவேண்டும்.

அவளால் என் வாழ்வில் ஒளி வீசுகிறது, மணம் பரவுகிறது. இன்பத்தையும், மகிழ்ச்சியையும் அவள் தருகிறாள். என் குடும்பத்தை உருவாக்குகிறவள் அவள். அவளே எனக்கு முதன்மையானவள் என்பதைக் கருத்தில் கொண்டு மனைவிக்கு உரிய இடத்தை உயரிய இடத்தை வழங்க வேண்டும்.

நான் அவளைவிட உயர்ந்தவனல்ல, அவள் எவ்விதத்திலும் என்னைவிடத் தாழ்ந்தவளல்ல. எல்லாவிதத்திலும் அவளும் நானும் சமம் என்று மனைவியை மதித்துப் போற்ற வேண்டும்.

நீங்கள் விரும்பினால் அவளும் விரும்புவாள். அவளை நீங்கள் மதித்தால் அவளும் உங்களை மதிப்பாள். நியூட்டனின் ஈர்ப்பு விதிகளில் ஒன்று - 'Every Action has its own opposite and equal reaction' என்பதாகும். வினைக்குச் சமதையாகவே எதிர்வினை இருக்கும்.

ஒருவரையொருவர் நன்கு புரிந்துகொண்டால்தான் நெருக்கம் அதிகரிக்கும், உறவு வலுப்படும். தன் எண்ணங்களை உணர்வுகளை விருப்பங்களை, எதிர்பார்ப்புகளை கணவன் மனைவியிடமும், மனைவி கணவனிடமும் பகிர்ந்துகொள்ள வேண்டும். இருவருக் கிடையில் ஒளிவுமறைவு கூடாது.

உறவு விரிசலடைவதற்கு முதற்காரணமே, 'என் உணர்வுகளை அவர் புரிஞ்சுக்க மாட்டேங்கிறார்' என்கிற குற்றச்சாட்டுதான். அன்பும், அக்கறையும் இருந்தால்தான் மனைவியின் உணர்வுகளைக் கணவன் புரிந்துகொள்ள முடியும். மனைவியிடம் ஈடுபாடில்லாத, அவளை அலட்சியப்படுத்துகிற கணவன் அவளது உணர்ச்சிகளுக்கு மதிப்பளிக்க மாட்டான். (இது மனைவிக்கும் பொருந்தும்).

தன் பெற்றோர்களிடமும், உறவினர்களிடமும் பரிவுகாட்டுகிற கணவன், தன் மனைவி பக்கத்து மனிதர்களிடமும் பரிவாக நடந்து கொள்ள வேண்டும்.

உங்களுக்கு எந்தப் பிரச்சனை ஏற்பட்டாலும் தீர்வு காண்பதில் மனைவியின் உதவியையும் வேண்டிப் பெறுங்கள். பிரச்சனையின் ஒரு பக்கத்தையே நீங்கள் பார்த்திருப்பீர்கள். பிரச்சனைக்கு நீங்கள் காணத்தவறிய இன்னொரு பக்கமும் இருக்கும். அதைக் காண்பதற்கு இன்னொரு நோக்குமுறை தேவைப்படும். உங்கள் அனைத்துப்

பிரச்சனைகளுக்கும் (அலுவலகப் பிரச்சனை உள்பட) சிறந்த தீர்வைக் கண்டறிய உங்கள் மனைவியால் முடியும். காரணம் அவர் உங்களைவிட நிதானமும் பொறுமையும் உடையவராக இருப்பார். நீங்கள் பிரச்சனையில் சிக்கியிருப்பவர். அவரோ பிரச்சனையை விலகி நின்று பார்ப்பவர். இருவரும் கூடி பிரச்சனைகளை எதிர்கொள்வதே உங்கள் உறவில் நெருக்கத்தை மேலும் அதிகரிக்கும்.

'எந்த வெற்றியும் தனி நபரால் பெறப்படுவதல்ல' என்பார்கள். உங்கள் வெற்றிகளின் பின்னே உங்கள் மனைவி இருப்பார். அவர் வீட்டுப்பிரச்சனைகளை உங்களிடம் கொண்டுவராமல், உங்களை நிம்மதியாகவும், மகிழ்ச்சியாகவும் வைத்திருப்பதால்தான் மிகப் பெரிய வெற்றிகளை நீங்கள் பெறமுடிகிறது. அவர் உங்களுக்குச் செயல்வேகத்தை அளிக்கிறார். தடைகளை, இழப்புகளைக் கண்டு நீங்கள் செய்வதறியாது நிற்கிறபோதெல்லாம், அவர்தான் தளராமல் தயங்காமல் முயற்சியைத் தொடருங்கள் என்று உங்களை ஊக்குவிக் கிறார். இருவரும் சேர்ந்திருக்கும் நேரங்கள் அதிகரிக்கிறபோது, ஒருவரையொருவர் சார்ந்திருக்கும் நிலை தன்னால் உருவாகிவிடுகிறது.

கணவனின் முயற்சிக்கு மனைவி பக்கபலமாய் இருப்பது போலவே மனைவியின் காரியங்களில் கணவனும் தன் ஆதரவை ஒத்துழைப்பை வழங்கவேண்டும்.

மனைவிக்கு வாழ்க்கை குறித்த பாதுகாப்பு உணர்வை வழங்குவது முக்கியம். அவளிடம் பொறுப்புகளை ஒப்படைப்பது போலவே, அவளுடைய உரிமைகளையும் போற்ற வேண்டும். உரிய அங்கீகாரத்தையும், அதிகாரத்தையும் அவளுக்கு அளிக்க வேண்டும்.

மனைவியின் செயல்முறைகளில் குறுக்கிடாதீர்கள். அறிவுரை களும், அனாவசியத் தலையீடுகளும் எரிச்சலை உண்டுபண்ணும். தான் மேற்கொள்ளும் செயலின் நோக்கத்தையும் அந்தச் செயல் ஏற்படுத்தும் விளைவுகளையும் ஆணைப்போலவே பெண்ணும் அறிந்திருப்பாள்.

உங்கள் மனைவியிடமிருந்து அவருடைய அறிவு நுட்பம், செயல்திறன், ஆற்றலுக்குட்பட்டதையே எதிர்பாருங்கள். மிகையான எதிர்பார்ப்புகளால் ஏமாற்றமும் வெறுப்புமே மிஞ்சும்.

உங்கள் மனைவி இடர்ப்பாடுகளில் சிக்கிக் கொண்டால் அவரை மீட்டெடுப்பது உங்கள் பொறுப்பு. அவர் உற்சாகமிழக்கிறபோதெல்லாம் நீங்கள்தாம் அவரை ஊக்குவிக்க வேண்டும்.

சி.எஸ். தேவநாதன்

மற்றவர்கள் முன்னிலையில் தன்னுடைய மனைவியை அதிகாரம் செய்வதோ, மட்டம் தட்டுவதோ கூடாது. பிறகு அவரும் கணவனின் காலை வாரிவிடக் காத்திருப்பார். உறவினர்கள், நண்பர்கள் மத்தியில் மனைவியை உயர்த்திப் பேசவேண்டும். 'எனது வெற்றிக்குப் பின்னால் என் மனைவி இருக்கிறாள்' என்று பெருமிதத்தோடு உரக்கச் சொல்லுங்கள். அது உங்கள் மீதுள்ள மனைவியின் பிரியத்தை மேலும் அதிகரிக்கும்.

ஒரே நேரத்தில் பல காரியங்களைச் செய்கிற திறன்கள் கொண்டவரை 'அஷ்டாவதானி' என்பார்கள். ஒவ்வொரு குடும்பத் தலைவியும் தினம்தினம் தங்கள் வீட்டில் அஷ்டாவதானம் (ஏககாலத்தில் பலவேலைகள்) செய்துகொண்டுதான் இருக்கிறார்கள். மனக்குழப்பம் அல்லது கவனக்குறைவு ஏற்பட்டு அவர் தவறு செய்யும் நிலைகளும் உண்டு. உங்கள் மனைவியின் தவறுகளை அவருக்கு இதமாகச் சுட்டிக்காட்டுங்கள். மறக்கவோ மன்னிக்கவோ முடியாத தவறு என்று எதுவும் கிடையாது. சிலவற்றை உடனுக்குடன் மறக்கவும், மனைவியின் தவறுகளை மன்னிக்கவும் நீங்கள் தயாராக இருந்தால் நேற்றுபோல் இன்றும் இன்றுபோல் நாளையும் வாழ்க்கை மகிழ்ச்சிக்குரியதாகவே இருக்கும்.

தன்னுடைய வேலை அல்லது தொழிலைக் காரணம் காட்டி குடும்பத்தை மனைவியை ஒருவர் புறக்கணித்துவிடக் கூடாது. உங்கள் வேலைகளுக்குப் போலவே, மனைவியுடன் செலவிடுவதற்கும் நேரத்தை ஒதுக்கீடு செய்யுங்கள். இருவரும் தனித்தனியே இணைந் திருக்கும் நேரம் முக்கியம். நீங்கள் ஒன்றாயிருக்கும் நேரந்தான் உங்களுக்கிடையே நல்ல புரிதலை உண்டுபண்ணுவது, உங்கள் உறவை மேலும் வலுப்படுத்தி உதவுவது.

உங்கள் மீது மனைவி கொண்ட நம்பிக்கையைச் சிதைய விடாதீர்கள்.

சந்தர்ப்பம் கிடைக்கிறபோதெல்லாம் உங்கள் மனைவியைப் பாராட்டுங்கள். 'காஃபி ஏ ஒன்', 'சாம்பார் பிரமாதம்' என்கிற மாதிரி. உங்களுக்குப் பதவி உயர்வு, தொழிலில் இலாபம் கிடைக்கிற போதெல்லாம், 'டியர், நீ மட்டும் என்னோடு இல்லேன்னா நான் இப்படி பொருளாதார வளர்ச்சியை அடைந்திருக்க முடியாது' என்று உளமாரப் பாராட்டுங்கள்.

சந்தர்ப்பங்களை உருவாக்குங்கள்

பாராட்டுகளும் வெகுமதிகளும் மனைவியை மேலும் பொறுப் புடையவராக்கும். அவருடைய தன்னம்பிக்கையை அதிகரிக்கும். பாராட்டும் சந்தர்ப்பங்கள் எப்போது வரும் என்று காத்திருக்காதீர்கள். அத்தகைய சந்தர்ப்பங்களை நீங்களே உருவாக்கிக்கொள்ளவும் முடியும்.

மணநாள், பிறந்தநாள் இவற்றில் மறவாமல் வாழ்த்துக் கூறி, அவரை மகிழ்ச்சியிலாழ்த்தக்கூடிய பரிசையும் வழங்குங்கள்.

ஒவ்வொரு பெண்ணிடமும் ஏதோ ஒரு அழகு இருக்கவே செய்யும். உங்கள் மனைவியை அழகற்றவர் என்று அலட்சியப்படுத்தாதீர்கள். மனைவியிடமும் மற்ற பெண்களை புகழ்ந்து பேசக்கூடாது. மனைவியைப் பக்கத்தில் வைத்துக்கொண்டே பார்வையை வேறு பக்கம் அலையவிடக்கூடாது.

கணவன் பார்க்கிற வேலை, செய்கிற தொழில், வருமானம், கடன் போன்றவைகளைப் பற்றி மனைவிக்கு போதிய அளவு தெரிந்திருக்க வேண்டும்.

மனைவியின் விருப்பங்களை நிறைவேற்றுவதும், அவளது ரசனைகளை (இசை, கலையார்வம் போன்றவை) ஊக்குவிப்பதும கணவன்மீது மனைவிகொண்ட காதலை மேலும் அதிகரிக்கும்.

மனைவியின் பால்சார்ந்த தேவைகளைப் பூர்த்தி செய்வது கணவனின் கடமை. உடல்சார்ந்த விதத்திலோ உணர்வு சார்ந்த விதத்திலோ மனைவியைத் துன்புறுத்தக்கூடாது.

இருவரும் சேர்ந்தே குடும்பத்தின் வரவு செலவுத் திட்டம், வீடு கட்டுவது, குழந்தைகளின் கல்வி, திருமணம் இவற்றுக்குத் திட்டமிட வேண்டும்.

மனைவியின் உடல்நலத்தில் அக்கறை காட்டவேண்டும். அவர் நோய்வாய்ப்பட்டு படுக்கையில் இருக்கும்போது, அவரிடம் பரிவுகாட்டி பணிவிடைகள் செய்யவேண்டும்.

நிம்மதியும், மகிழ்ச்சியுமே வாழ்வின் நிறைவான குறிக்கோள். அதை அடையும் முயற்சியில் கணவன் மனைவி இருவரும் இணைந்தே பாடுபட வேண்டும்.

சி.எஸ். தேவநாதன்

12

மேடம்! உங்களோட பங்களிப்பு

மணவாழ்க்கை என்பது இருவரின் (கணவன் மனைவி) நலனையும் பாதுகாப்பையும் கருத்தில் கொண்ட ஒப்பந்தமாகும். இதன் குறிக்கோள் மகிழ்ச்சியையும், இன்பத்தையும் அடைவது. இதில் ஆணைவிட பெண்ணின் பங்களிப்பு அதிகம். எப்படி?

தன் கணவனின் வாழ்வில் பிரத்யேக இடத்தைப் பெற விரும்புகிறவள் மனைவி. தன்னளவில் சிறப்பான வளாய் அவள் இருந்தால்தான் கணவனின் மனதில், வாழ்வில், வீட்டில் சிறப்பிடத்தை அவளால் பெறமுடியும்.

இருவரிடையே (கணவன், மனைவி) ஒற்றுமையும், மகிழ்ச்சியும் இருந்தால்தான் அவர்களின் மணவாழ்க்கை நன்றாக அமைந்ததாய் பொருள். ஒருவர் மனதில் ஒருவர் இல்லாவிடில் அவர்கள் இருவரும் ஒரே வீட்டில் வசிப்பவர்கள் அவ்வளவுதான்.

தன்னுடைய இணக்கமான போக்கின்மூலம் உறவைப் பராமரிக்கிற மனைவி, கணவனின் மகிழ்ச்சியை அதிகரிக்கக்கூடிய அனைத்தையும் தன்னால் முடிந்த அளவு செய்து கொண்டிருப்பாள்.

உரிமைகளைவிடவும் கடமைகள் அதிகம்

கணவன்மீது தான் கொண்ட நேசத்தை ஒவ்வொருநாளும் தன்னுடைய ஒவ்வொரு செயலிலும் அவள் நிரூபித்துக் கொண்டிருப்பதோடு, குழந்தைகள் மீது பாசத்தைப் பொழியவும், மாமனார் மீது (கூட்டுக்குடும்பமாயின்) அன்பைச் செலுத்தவும் செய்வாள் அவள்.

ஒரு மனைவி அனுபவிக்கிற உரிமைகளைவிடவும், செய்கிற கடமைகள் அதிகம்.

வழக்கமான குடும்பக் கடமைகளைச் செய்வதோடு அவள் நின்றுவிட முடியாது.

தாழ்வு மனப்பான்மை கொண்ட கணவனைத் தலைநிமிரச் செய்வதும் மனைவியின் கடமைகளில் ஒன்றுதான். அவளுடைய அழகு, கல்வி, பதவி, சமுதாயப் படிநிலை, குடும்பப் பின்னணி இவற்றில் ஏதோ ஒன்று அவரைத் தாழ்வாக உணரச் செய்திருக்கும்.

தாழ்வு மனப்பான்மை என்பது நிச்சயம் ஒரு பிரச்சனைதான். ஆனால் அதற்குத் தீர்வுகாண அவளால் முடியும். கணவனை நேசிப்பதோடு அவன்மீது கூடுதலாய் கவனம் செலுத்துவது, அவனுடைய தன்னுயர்வை (Self Esteem) மேம்படுத்துவது, அவனுடைய செயல்களில் உறுதுணையாய் நிற்பது, அவனது நம்பிக்கையை மேலும் அதிகரிப்பது, அவனை வெற்றிகளுக்கும் சாதனைகளுக்கும் ஊக்குவிப்பது இவையெல்லாம் அவனுடைய தாழ்வு மனப்பான்மையைக் கட்டாயம் போக்கிவிடும்.

எப்போதும் இளமையாகவே உணருங்கள்

மனைவியின் பேச்சு, அன்பு, அக்கறை போலவே அவளுடைய தோற்றப் பொலிவும் கணவனைக் கவரும். தோற்றப் பொலிவு என்றால் அழகு, உடலமைப்பு (இவ்விரண்டும் ஐம்பது சதவீதம்) இவற்றுடன் அவளது அங்க அசைவுகள், பழகும் முறை, விவேகத் துடன் கூடிய செயல்கள் (மீதமுள்ள ஐம்பது சதவீதம்) இவற்றையும் உள்ளடக்கியதாகும்.

எப்போதும் இளமையாக உணர்வதும், எந்த வயதிலும் கண்ணுக்கினிய தோற்றத்துடன் அவள் காட்சியளிப்பதும் முக்கியம்.

அழகுக்கு அழகு செய்யும் அறிவு

பெண்ணின் அழகு வாசமில்லாத பூ மாதிரி. அவளுடைய அறிவுத்திறனோ அந்தப் பூவிற்கு வாசம் எனலாம்.

அழகு மட்டுமே உள்ள பெண்ணைச் சில நிமிடங்கள் பேசவிட்டால் அவளது அறியாமை, முட்டாள்தனம், அசட்டுத்தனம் வெளிப்பட்டுவிடும்.

சுமாரான அழகுள்ள பெண் கொஞ்சம் புத்திசாலித்தனமாக நடந்து கொள்கிறபோது அவளது அழகு அதிகரித்துக் காணப்படும்.

ஆங்கிலேயரான பெர்னாட்ஷாவை நீங்கள் அறிவீர்கள். அவர் இலக்கிய உலகின் மிகச்சிறந்த படைப்பாளி. விருந்தொன்றில் அவரைச் சந்தித்த அழகான நடிகையொருத்தி அவரிடம், 'மிஸ்டர் ஷா, நாம் இருவரும் திருமணம் செய்து கொள்வோமா? நமக்குப் பிறக்கிற குழந்தை உங்கள் அறிவையும், எனது அழகையும் கொண்டிருக்கும் தானே?' என்றாள். ஷா சற்றும் தயங்காமல், ஆஹா, தங்களை மணப்பதில் எனக்கு எந்தத் தடையும் இல்லை. ஆனால், அம்மணி நமக்குப் பிறக்கும் குழந்தை உங்கள் அறிவையும், எனது அழகையும் கொண்டு பிறந்துவிட்டால் என்ன செய்வது?' என்று இடக்காகப் பதிலளித்தார். அந்த நடிகை அடக்கமாட்டாத கோபத்துடன் அங்கிருந்து நகர்ந்தாள்.

இங்கே இன்னொன்றையும் குறிப்பிட வேண்டும். ஆண்டுதோறும் உலக அழகிப் போட்டி நடப்பதை நீங்கள் அறிவீர்கள். போட்டியிடும் பெண்களில் அதிக அழகும், உடலமைப்பும் கொண்ட பெண்ணை நடுவர்கள் தேர்ந்தெடுப்பார்கள். ஆனால் அந்தத் தேர்வு வெறும் அழகை மட்டுமே தகுதியாய் கொண்டிருப்பதில்லை. பெண்ணின் அறிவுத் திறனையும் சோதித்துப் பார்த்துதான் உலக அழகியை அவர்கள் தேர்ந்தெடுக்கிறார்கள்.

அழகுடன் அறிவும் கொண்ட பெண்ணே தன் கணவனைக் கவரமுடியும் என்பதற்காகவே இந்த விளக்கம்.

உறவு காத்திடும் நற்பண்புகள்

கணவனைச் சந்தேகிக்கிற மனைவி, கணவனிடம் உள்ள சின்னச் சின்ன குறைகளுக்காகக் கோபப்படுகிறவள், வெறுக்கிறவள் அவர்களுக்கிடையேயுள்ள உறவைச் சீர்கெடச் செய்துவிடுவாள். அவனிடம் காணப்படும் குறைகளைச் சரிசெய்கிறவளாகவோ, சகித்துக் கொள்கிறவளாகவோ அவள் இருக்கவேண்டும். அவளிடம் அடக்கம்,

பொறுமை இருக்கவேண்டும். ஆணவம், அகந்தை இருக்கக்கூடாது. பெண்ணின் பகட்டு, ஆடம்பரம் வீட்டில் மட்டுமின்றி வெளியிலும் விரும்பப்படுவதில்லை. அவளது எளிமை அவனுக்கு நன்மதிப்பைத் தேடித்தரும்.

மனைவி என்பவள் இப்படியா இருப்பது?

ஊதாரித்தனமான மனைவி தன் கணவரின் பொருளை மட்டு மின்றி மதிப்பையும் பாழடித்து விடுகிறாள். தன்னுடைய சேமிப்புத் திறன்மூலம் கணவரின் பண வசதியை நிலைப்படுத்தும் கடமை மனைவிக்கு உண்டு.

பெண்ணின் ஊதாரித்தனத்தால் எத்தனையோ குடும்பங்கள் தங்கள் சமூகப்படிநிலையை இழந்து விட்டிருக்கின்றன.

அமெரிக்க முன்னாள் அதிபர் ஆப்ரகாம் லிங்கன் மிகச் சாதாரணமான குடும்பத்தில் பிறந்து, படிப்படியாக உயர்ந்த அந்தச் சிறப்புமிக்க பதவியை அடைந்திருந்தார். ஆனால் அவருக்கு மனைவியாக வாய்த்த மேரிடாட் வசதியான குடும்பத்தைச் சேர்ந்தவள். ஆடம்பர வாழ்வில் மோகம் உடையவள். தம் கணவரின் செல்வாக்கைப் பயன் படுத்தி அதிகாரிகளிடம் பணம் பெறுவது, நகைக்கடைகளிலும், துணிக் கடைகளிலும் கடனாகப் பொருட்களை வாங்குவது என்று முறைகேடான செயல்களில் ஈடுபட்டு வந்தாள். ஒருகட்டத்தில் ஏகப்பட்ட கடன்கள். லிங்கன் தன்னுடைய நீண்டகாலச் சேமிப்பையும், மாத ஊதியத்தையும் கொண்டு அத்தனை கடன்களையும் அடைத்தார். எப்படியோ தம்முடைய கவுரவத்தை அவர் காப்பாற்றிக் கொண்டுவிட்டார்.

மனைவி என்பவள் கணவன் மற்றும் குடும்பத்தின் நிம்மதிக்குத் தன்னாலியன்றதைச் செய்யவேண்டுமே தவிர நிம்மதி பறிபோகக் காரணமாகி விடக்கூடாது.

இப்படியல்லவா இருக்க வேண்டும்?

இலட்சியத் தம்பதிகள் என்றால் திருவள்ளுவர் - வாசுகியைத்தான் உதாரணம் காட்டுவார்கள். கிணற்றில் தண்ணீர் எடுத்துக் கொண்டிருந்த வாசுகி, கணவனின் குரல் கேட்டதும் அப்படியே போட்டது போட்டபடி உள்ளே ஓடினார். அவர் விட்டுச்சென்ற வாளி நீர் பாதியிலேயே நின்றதாம். சமீபகாலத்திய உதாரணமாக காந்தி - கஸ்தூரிபாய் தம்பதிகளைச் சொல்லலாம்.

காந்தி, சமூகப் படிநிலையில் மிகத் தாழ்ந்தவர்களைத் தமக்குச் சமமாக நடத்துவதோடு அவர்களுக்கு உணவு பரிமாறுவது, அவர்களுடைய அறையைச் சுத்தம் செய்வது போன்ற வேலைகளைச் செய்வார். அந்த வேலைகளைச் செய்யும்படி மனைவி கஸ்தூரிபாயை ஏவுவார். கஸ்தூரிபாயிடம் அத்தனை சகிப்புத்தன்மை கிடையாது. அவர் அத்தகைய வேலைகளைச் செய்ய மறுத்தார்.

'உனக்குப் பிடிக்காவிட்டால் நீ வெளியே போய்விடு' என்று காந்தி திட்டித் தீர்ப்பார். 'நீங்கள் திட்டினாலும், அடித்து உதைத்தாலும் கதவை மூடுங்கள். அக்கம்பக்கம் பார்த்துச் சிரிக்கப் போகிறது' என்பார் கஸ்தூரிபாய்.

அவர்கள் தென் ஆப்பிரிக்காவில் இருந்து இந்தியாவுக்குப் புறப்பட்டபோது உள்ளூர் இந்தியர்கள் வெள்ளி, தங்கம், வைரம் என்று நிறையப் பரிசுகளை வழங்கினர். அவற்றைக்கண்டு அளவற்ற மகிழ்ச்சி கஸ்தூரிபாய்க்கு. ஆனால் காந்தி சொல்லிவிட்டார், 'நாம் இவற்றை நமதாக்கிக் கொள்ள எனக்கு விருப்பமில்லை. இங்குள்ள தொண்டு நிறுவனங்களுக்கு வழங்கிவிடலாம்' என்று. கஸ்தூரிபாய்க்கு மனமேயில்லை. 'நீங்கள் என்னவாவது செய்யுங்கள். அவர்கள் எனக்காகக் கொடுத்த தங்கச் சங்கிலியை நான் தரவே மாட்டேன்' என்றார் கஸ்தூரிபாய். ஐம்பது சவரனில் செய்யப்பட்ட ஒரு நீண்ட சங்கிலி அது.

'அந்தச் சங்கிலியும் என்னுடைய சேவைக்காகத் தரப்பட்டதே யன்றி உனக்காக அல்ல' என்றார் காந்தி.

'உங்களுடன் நானும் இரவுபகலாய் உழைக்கிறேன். அந்த வகையில் உங்கள் சேவையில் எனக்கும் பங்குண்டுதானே' என்று வாதிட்டார் கஸ்தூரிபாய். ஆனால், காந்தி பரிசுகளனைத்தையும் திருப்பித் தந்துவிடுவதில் உறுதியாய் இருந்தார். கடைசியில் கஸ்தூரிபாயும் அந்த முடிவை ஏற்றுக் கொண்டார்.

கஸ்தூரிபாய் அதிகம் படித்திருக்கவில்லை. ஆனால், கணவரின் வழிநடக்கக் கற்றிருந்தார் அவர். காந்தி அவரிடம் பலமுறை கடுமையாக நடந்து கொண்டிருக்கிறார். கஸ்தூரிபாயோ தம்முடைய கணவரின் மனம் நோகும்படி ஒருபோதும் நடந்ததில்லை.

நல்ல மனைவி என்பவள் லிங்கனின் மனைவி மேரிடாட் மாதிரி ஊதாரியாக இருக்கக்கூடாது. காந்தியின் மனைவி கஸ்தூரிபாய் போல் விட்டுக் கொடுப்பவராக இருக்கவேண்டும்.

காரியம் யாவிலும் கைகொடுத்தே

இந்திய மென்பொருள் நிறுவனங்களில் முதல் மூன்று இடங்களுக்குள் இருந்து கொண்டிருப்பது 'இன்ஃபோசிஸ்' நிறுவனம். இந்நிறுவனத்தை தமது நண்பர்களுடன் கூட்டாகத் தொடங்கினார் என்.ஆர். நாராயணமூர்த்தி. இவர் இந்தியத் தொழில்நுட்பக் கல்விப் பயிலகத்தில் (கான்பூர்) கணிப்பொறியியல் கற்று, எம்.டெக். பட்டம் பெற்றவர். அவருடைய மனைவி சுதா. இருவரும் காதலித்து மணம் செய்து கொண்டனர்.

இருவருமே செலவு செய்வதில் சிக்கனம். மூர்த்தி புனேயில் பட்னி கம்ப்யூட்டர் நிறுவனத்தில் வேலை பார்த்தார். சுதா டெல்கோவில் (டாடா குழுமம்) வேலை பார்த்தார். இருவரின் சம்பளமும் ஆயிரத்தைத் தாண்டியிருக்கவில்லை.

மூர்த்தி சுயமாகத் தொழில் தொடங்க முனைந்தார். இந்தியாவின் கணினித்துறை பிரகாசமாயிருக்கும் என்று பட்டது. நண்பர்களுடன் சேர்ந்து அவர் தொழில் தொடங்க சுதா தயங்காமல் தனது நகைகளை விற்று பத்தாயிரம் ரூபாய் கொடுத்தார். நண்பர்கள் ஒவ்வொருவரும் பத்தாயிரம் போட்டு, சிறிய அளவில் தொடங்கிய அந்த நிறுவனந்தான் இன்று பெங்களூரில் இயங்கிக் கொண்டிருக்கும் 'இன்ஃபோசிஸ்'. ஒரு லட்சம் கோடிக்கு மேல் மதிப்புடன், உலக அளவில் கிளை விரித்துள்ள நிறுவனம் அது.

இன்ஃபோசிஸ் தொடங்கி முதல் மூன்றாண்டுகள் வரை, தம்முடைய சம்பளத்தில்தான் சுதா குடும்பம் நடத்தினார். குழந்தையைத் தம் தாயார் பொறுப்பில் விட்டு வைத்திருந்தார்.

இன்று - சுதா குடும்பத்தைக் கவனிப்பது, நூல்கள் எழுதுவது, பொதுத்தொண்டு செய்வது என்று அநேகப் பணிகளில் தம்மை முழுமூச்சாய் ஈடுபடுத்திக் கொண்டுள்ளார். தாம் இன்ஃபோசிஸ் நிறுவனத்தில் எந்தப் பதவியும் வகிப்பதில்லை என்பதில் உறுதியாயிருக்கிறார். (கணவன் மனைவி இருவரும் ஒரு நிறுவனத்தில் பதவி வகிக்கக்கூடாது என்பது இன்ஃபோசிஸ் விதிகளில் ஒன்று) ஆனாலும், மற்றவர்களின் வற்புறுத்தலில் இன்ஃபோசிஸ் அறக்கட்டளையின் தலைவர் பொறுப்பை ஏற்றார். சுற்றுப்புற ஊர்களில் நூலகம், மருத்துவமனை போன்று உருவாக்கித் தந்துள்ளார்.

இன்ஃபோசிஸ் வளர்ச்சிக்கு மூர்த்தி மூலகாரணம் என்றால், மூர்த்தியின் வளர்ச்சியில் முக்கியப் பங்கிருக்கிறது திருமதி சுதாவிற்கு.

சி.எஸ். தேவநாதன்

13

ஆண்களும் பெண்களும் - சில மதிப்பீடுகள்

ஆணுக்கு உடல்வலிமை அதிகம், மனவலிமை குறைவு. அவன் எளிதில் உணர்ச்சிவசப்படுவான், எடுத்ததற்கெல்லாம் இறுக்கமடைவான்.

ஆண் சீக்கிரமே காதல் வசப்படுவான், காதல் தோல்வியை அவனால் தாங்கிக்கொள்ள முடியாது. அவனுக்கு இதயம் நொறுங்கிவிடும். தன் வாழ்க்கையே அஸ்தமித்து விட்டதாய் புலம்புவான். காதல் தோல்வியின் பாதிப்பில் இருந்து அத்தனை எளிதாய் அவனால் மீளமுடிவதில்லை.

நம்பிக்கைக் குறைவான இளைஞன் தன்னுடைய தோற்றத்தை பற்றிக் கவலைப்படுவான். கையில் பணமில்லையென்றால் மனத்தளர்ச்சியுடன் காணப் படுவான். சில இளைஞர்களுக்கு தாங்கள் உடுத்தும் உடைகளின்மூலம் தன்னம்பிக்கை பெற்ற உணர்வு ஏற்படும். தன்னுடைய கச்சிதமான முடியலங்காரம், நேர்த்தியாக உடுத்தும் முறை இவற்றின்மூலம் மனைவியின் கவனத்தை வெகுவாய் கவர்ந்து விடலாம் என்பது கணவனின் நினைப்பு.

தான் சொல்லவந்ததை மனைவி கிரகித்துக் கொள்ளும்வரை கணவன் திரும்பத் திரும்பச் சொல்லிக் கொண்டே இருப்பான்.

பிரச்சனைக்குத் தீர்வு காண்கிற கணவன் ஒன்றுக்கும் மேற்பட்ட தேர்வுகளை வைத்திருப்பான். அவற்றில் ஒன்றைத் தெரிவுசெய்து கொண்டு செயல்படுவான். அவனுடைய செயல்முறை வெளிப்படையானது. பிரச்சனையுடன் அவன் போராடுவான், அதில் இருந்து விலகுவதில்லை. ஆனாலும் அவனுக்குள் ஒருவித கலக்கம் இருந்து கொண்டேயிருக்கும்.

ஆணுக்குத் தனித்திருப்பது சலிப்பூட்டுவதாயிருக்கும். தனிமை அசவுகர்ய உணர்வை ஏற்படுத்தும். தன் மனைவியைத் தனது கட்டுப்பாட்டில் வைத்திருக்கவேண்டும் அவனுக்கு. அவள் தன்னுடன் இல்லாதபட்சத்தில் அவன் கவலைக்குள்ளாகி விடுவான். தனிமையின் முக்கியத்துவத்தை ஆண்களில் சிலர் புரிந்துகொண்டிருக்கவில்லை.

ஆணுக்குக் கேலி செய்வதும், நகைச்சுவையாகப் பேசுவதும் பிடிக்கும். உணர்வுரீதியாக ஏற்படும் இறுக்கத்தில் இருந்து தன்னை விடுவித்துக் கொள்ள அவனுக்கு அது தேவைப்படுகிறது.

பொறுப்புணர்ச்சியோடு வெற்றிகரமாகச் செயல்படுகிற ஆணுக்கு மன அழுத்தம் இருக்கும். அவன் *சிரிப்பின் மூலம் இலேசாகி விடுவான்.*

பெண் பூப்போல் மென்மையான உடலும், எஃகினைப் போல் கடின சித்தமும் உடையவள். அதேசமயம் எடுத்ததற்கெல்லாம் அழுதுவிடுவாள். தன்னைப்பற்றிய விமர்சனங்களை அவளால் தாங்கிக்கொள்ள முடிவதில்லை.

கண்ணீர் என்கிற ஆயுதத்தைப் பயன்படுத்தி கணவனை அச்சுறுத்துவாள், கணவனிடம் காரியம் சாதித்துக் கொள்வாள். தன் துயரங்களைக் கண்ணீரில் கரைத்துவிடுவதால் அவள் மன இறுக்கமோ, மன உளைச்சலோ கொள்வதில்லை.

பெண் உடுத்துவதிலும், உணவுக் கட்டுப்பாட்டிலும் அதிகக் கவனம் செலுத்துவாள். அவளுடைய நோய் எதிர்ப்புத் திறன் குறிப்பிடத்தக்கது. அவள் அரிதாகவே நுண்கிருமிகள் (Bacteria), வைரஸ் தாக்குதல்களுக்குள்ளாவது.

பெண் தன் கணவனிடம் வெளிப்படையாகப் பேசுவதில்லை. அந்தரங்கமான விசயங்களைத் தன் சிநேகிதிகளிடந்தான் அவள் பகிர்ந்து கொள்வது.

கணவன் மனைவிக்கிடையில் பிரச்சனை வரும்போது விவாகரத்து செய்து கொள்ளவோ, தனித்து வாழவோ பெண் தயங்குவதில்லை.

ஆனால், அந்நிலைகளில் கடும் துயரத்திற்குள்ளாவது ஆண்தான். வலியையும், வேதனையையும் பொறுத்துக் கொள்வதில் பெண்ணுக்குத் திறன் அதிகம்.

பெண்ணின் புலனுணர்வுகள் (ஆணினுடையதை விடவும்) நுட்பமானவை. அவளுடைய காணும் திறனும், கேட்கும் திறனும் அதிகம். அவளது தொடு உணர்வும் வியக்கத்தக்கதாகவே இருக்கும்.

பெண், கண்டதும் காதல் கொண்டுவிடுவதில்லை. காதலிலும் சரி, திருமணத்திலும் சரி அவள் நிதானமாகவே முடிவெடுக்கிறாள். அதனால் எதிர்பாராத தோல்விகளில் அவள் அதிக பாதிப்பிற்குள்ளாவதில்லை.

தன் அழகைக் கணவன் பாராட்டவேண்டும் என்று அவள் எதிர்பார்ப்பாள். அங்க அழகை, அலங்காரத்தை தனித்தனியே குறிப்பிட்டுப் பாராட்ட வேண்டும் அவளுக்கு.

ஸ்டைலாகப் பேசிச் சிரிக்கும் ஆணைவிட அன்பும், நம்பகத் தன்மையும் கொண்டவனையே அவள் விரும்புவாள்.

தன் வாழ்வில் இடம் பெறுகிற ஆண் தன்னைப் போற்றிப் பாதுகாக்க வேண்டும், தன்னுடைய வளர்ச்சியில் அக்கறை காட்ட வேண்டும் என்று அவள் எதிர்பார்ப்பாள். கணவன் என்பவன் 'த்ரீ இன் ஒன்'னாக - நண்பன், காதலன், பாதுகாப்பாளனாக இருக்கவேண்டும் அவளுக்கு.

இளமையாகவும், கவர்ச்சியாகவும் இருக்கவேண்டும் என்று தனக்குத்தானே ஒரு நிர்ப்பந்தத்தை பெண் ஏற்படுத்திக் கொண்டிருப்பாள். உடம்பில் சில சுருக்கங்கள் தெரிந்தாலும், உடம்பு சற்றே ஊதினாற்போல் காணப்பட்டாலும் கலக்கமுற்று விடுவாள்.

கணவன் தன்னிடம் நேர்மையாக நடந்துகொள்ள வேண்டும் என்பதே ஒவ்வொரு பெண்ணின் எதிர்பார்ப்பும். தன் உணர்வுகளுக்கு மதிப்பளிக்கிற கணவனை அவள் வெகுவாய் நேசிப்பாள்.

பெண் தன்னுடைய சிநேகிதிகளிடம் உணர்வுப்பூர்வமாக உரையாடுவாள், கருத்துப் பரிமாற்றத்தை மேற்கொள்வாள்.

தன்னுடைய வாழ்க்கைத் துணையிடம் நிலையான பண்புகளை அவள் எதிர்பார்ப்பாள். மூளையைப் பயன்படுத்தி இதயத்தைக் கட்டுப்பாட்டில் வைப்பாள்.

பெண் தனிமையின் முக்கியத்துவத்தை உணர்ந்தவள். படிப்பது, ஷாப்பிங் செய்வது போன்றவற்றை அவள் தனியாகவே செய்ய விரும்புவாள்.

பெண்ணுக்குத் தொலைபேசியில் தோழியுடன் வம்பளந்தபடி தொலைக்காட்சி நிகழ்ச்சிகளையும் பார்க்க முடிகிறது. சமைத்தபடியே பிள்ளைகளின் சண்டையைத் தீர்த்து வைக்க முடிகிறது. அவளுடைய மூளையின் இரண்டு பகுதிகளும் சமகாலத்தில் இயங்குவதால் இது அவளுக்குச் சாத்தியமாகிறது.

உடல்ரீதியான வேறுபாடுகள்

ஆண் பெண் இருவரின் உடல்பலமும் வெவ்வேறாகவே இருக்கும். அவர்களுடைய உடம்பின் அடிப்படைத் தனிமத்தில் (Cell) அவர்கள் வேறுபடுகிறார்கள். அவர்களுக்குள் அணுக்கோல்களின்★ (★மரபு வழியாய் வரும் உயிரணுக்கள் நூல்போல் அமைப்பு கொண்டவை. உயிரினத்தின் இயல்பு, பண்பு இவற்றைக் கட்டுப்படுத்தும் தன்மை கொண்டவை) (Chromosomes) வேறுபாடு காரணமாய் உடல்பலமும் வேறுபடுகிறது.

பெண்ணுக்கு ஆணைவிடப் பெரிய வயிறு, சிறுநீரகம், கல்லீரல். ஆனால், ஆணைவிடச் சிறிய நுரையீரல்கள். எலும்புகளின் கட்டமைப்பிலும் இவர்கள் வேறுபடுகிறார்கள். இவர்களுடைய வளர்சிதைமாற்றம் என்கிற சீவதத்துவ பரிணாமத்திலும் (Metabolism) வேறுபாடு இருக்கிறது.

பெண்ணுடம்பின் இயக்கத்தில் கூடுதல் பளு - மாதவிடாய், கர்ப்பம், பால்சுரப்பு என்று. பெண்ணின் இயக்குநீர்களும் (Hormones) ஆணுடையதில் இருந்து வேறுபட்டது. அது எண்ணத்திலும், உணர்விலும், நடத்தையிலும் பெருத்த வித்தியாசத்தை உண்டுபண்ணி விடுகிறது.

பெண்ணின் சருமம் மென்மையானது, வழுவழுப்புத் தன்மை கொண்டது. ஆணுடையதைப்போல் முடியிருக்காது.

பெண்ணின் இரத்தத்தில் நீர்த்துவம் (ஆணுடையதைக் காட்டிலும்) அதிகம், சிவப்பு அணுக்கள் இருபது சதவீதம் குறைவு. அதனால் எளிதில் களைப்புற்று விடுவார்கள்.

முரட்டுத்தனமான வலிமையில் ஆண் பெண்ணைவிட ஐம்பது சதவீதம் கூடுதல்.

சி.எஸ். தேவநாதன்

பெண்ணின் இருதயம் அதிவிரைவாய் துடிக்கும். (ஆணுக்கு ஒரு நிமிடத்தில் 72 துடிப்புகள் என்றால் பெண்ணுக்கு 80 துடிப்புகள்) பெண்ணின் இரத்த அழுத்தம் ஆணுடையதைக் காட்டிலும் 10 புள்ளிகள் குறைவு. ஆனால், உயர் இரத்த அழுத்தம் பெண்களில் அரிது. பெண்ணின் சுவாசிக்கும் திறனும் ஆணினுடையதைவிட குறைவு.

மன, உணர்வு சார்ந்த வேறுபாடுகள்

பெண்களுக்கு தனிப்பட்ட முறையில் (Personal) மக்களின் எண்ணங்களில் உணர்வுகளில் அக்கறை இருக்கும். ஆண்களோ நடைமுறைக்கேற்ற செயல்படுந்தன்மை (Practicality) பிடிக்கும்.

பெண் தன்னைச் சுற்றியுள்ள மனிதர்களோடு, தனது சுற்றுப்புறத்தோடு ஒன்றிப் போகிற சுபாவம் உடையவள். ஆண், மக்களுடன் சூழ்நிலைகளோடு சம்பந்தப்பட்டாலும் எந்த ஒன்றுடனும் ஒத்திருக்கும் தன்மை (Identity) கொண்டிருப்பதில்லை. பெண்ணுக்குத் தன்னுடைய வீட்டை தன்னில் ஒரு அம்சமாக, தனது விரிவாகத்தான் பார்க்க முடிகிறது. தான் விமர்சிக்கப்படுகிறபோது பெண் பெருத்த மனச்சங்கடத்துக்கு உள்ளாகிறாள்.

தனக்குப் பதவி உயர்வோடு இடமாறுதல் கிடைத்ததில், தான் தலைமைக் காரியாலயத்துக்கு (மும்பை) போக முடிவதில் மகிழ்ச்சி மிஸ்டர் எக்ஸிற்கு. ஆனால் அவருடைய மனைவியோ வேலை மாற்றத்தில் கொஞ்சமும் மகிழ்ச்சியடையவில்லை. குழந்தைகளுக்கு படிப்பு கெடுமோ, புதிய சூழ்நிலை ஒத்துக்கொள்ளுமோ, வயதான பெற்றோர்களை தனியே விட்டுப்போவதா, பழகிய மனிதர்களை, இடத்தைப் பிரிய வேண்டியிருக்குமே என்று அவள் கவலைப்பட்டாள்.

பால் சார்ந்த வேறுபாடுகள்

பெண் காதல் மொழிகளிலும், ஸ்பரிசத்திலும் தூண்டப்படுகிறாள். ஆனால், ஆணோ வெறும் பார்வையிலேயே தூண்டப்பட்டு விடுகிறான்.

பெண்ணின் உடலுறவுத்திறன் அவளுடைய மாதவிடாய் சுழற்சியைப் பொறுத்தது. ஆணைப் பொறுத்தவரை அது எப்போதும் நிலையாயிருக்கிறது. அதற்கு 'டெஸ்டாஸ்டெரோன்' என்கிற இயக்குநீர் முக்கியக் காரணம்.

ஆணைப் பொறுத்தவரை படுக்கைக்குச் செல்ல எந்த முன்னேற்பாடும் தேவைப்படாது. ஆனால், பெண்ணோ உணர்வு சார்ந்த விதத்திலும், மனநிலையிலும் தன்னை தயார்செய்து கொள்ள

வேண்டியிருக்கிறது. தான் மென்மையாகக் கையாளப்பட வேண்டும் என்று அவள் எதிர்பார்ப்பாள். கணவன் தன்னை முரட்டுத்தனமாக நடத்த வேண்டும் என்று விரும்புகிற பெண்கள் அரிது.

பெண் ஒரு இனிய உறவைப் பராமரிப்பதில் கவனமாயிருப்பாள். அவள் தன்னுடைய கணவனுக்கு ஒரு காதலியாக, நல்ல தோழியாக, அவனுடைய வீட்டை உருவாக்குகிறவளாக மெச்சப்படுகிற வாழ்க்கைத் துணையாக விளங்குவதில் பெருவிருப்பமுடையவள். ஆனால், ஆணோ தன்னுடைய மனைவியை எப்படி உற்சாகப்படுத்துவது, அவளுடைய உள்ளார்ந்த தேவைகளை எப்படிப் பூர்த்தி செய்வது என்பதில் எல்லாம் அக்கறை காட்டுவதில்லை.

பெண், முக்கியமான நிகழ்வுகளில் தன்னுடைய உள்ளுணர்வைப் பயன்படுத்துவாள். ஒரு சூழ்நிலை பற்றியோ, மனிதர்களைப் பற்றியோ, அவளுடைய உள்ளுணர்விற்கு நன்கு புரியும். ஆணோ, விஷயங்களை தர்க்கரீதியாக ஆய்வு செய்கிறான். அவன், தன்னிடம் முன்பேயுள்ள திறமைகளையே முழுதும் சார்ந்திருக்கிறான்.

நம் இளைஞர்களுக்கு பாலியல் அறிவு போதிய அளவு இருக்கிறது. தவறான செயல்முறைகளில் சிக்காது, தங்கள் ஆரோக்கியத்தில் கவனம் செலுத்தத் தெரிந்திருக்கிறார்கள். ஆனால், உண்மையான காதல், தன்னலமற்ற அன்பு என்பதெல்லாம் அவர்களுக்கு அத்துப் படியாகவில்லை.

14

பாலியல் - ஒரு கண்ணோட்டம்

எல்லா உயிரினங்களும் பாலுணர்வோடுதான் படைக்கப்பட்டிருக்கின்றன. உடலுறவு என்பது வாழ்க்கையின் சுவாரசியத்துக்கு மட்டுமல்ல, இனப் பெருக்கத்துக்கும் அவசியமானது. உடலுறவு, நம் உடலையும் மனதையும் ஆரோக்கியமாக வைத்துக்கொள்ள உதவுகிறது.

ஒரு நாற்பது ஐம்பது வருடங்களுக்கு முன்பெல்லாம் பால்சார்ந்த கருத்துகள் வெளிப்படையாகப் பேசப்பட வில்லை. சமீபகாலத்தில்தான் சமுதாயத்தின் அந்தத் தயக்கம் உடைபட்டிருக்கிறது. பாலியலை, பாடத் திட்டத்தில் ஒரு பகுதியாய் சேர்க்கவேண்டும் என்று வலியுறுத்தப்படுகிறது. பதின்பருவத்தினரிடமும் பெண்களிடமும் இன்று பாலியல் விழிப்புணர்வு ஏற்பட்டிருப்பதை நாம் மறுக்க முடியாது.

அந்தக்காலத்தில் பெண் ஒரு போகக் கருவியாகவும், பாலுறவு சந்ததி விருத்திக்கானவளாகவும் கருதப்பட்டு வந்தாள். அது மகிழ்ச்சிக்குரிய இன்பானுபவமாக இன்று உணரப்படுகிறது. பால் சார்ந்த வகையில் தன்னை ஏமாற்றிச் சுரண்டுவதற்கு இன்றைய பெண் இடமளிக்க மாட்டாள்.

உடலுறவில் இதுவெல்லாம் எனக்குப் பிடிக்கும், இன்னின்னது பிடிக்காது என்று பெண் தனது விருப்பு, வெறுப்புகளைக் கணவனிடம் மனம்விட்டுப் பேசும்நிலை ஏற்பட்டிருக்கிறது. பாலியல் மருத்துவரிடம் ஆலோசனை பெறுவதிலும், சிகிச்சை பெறுவதிலும் யாருக்கும் தயக்கமில்லை. இது வரவேற்கத்தக்க மாற்றந்தானே. முன்பு, கருவுறும் திறனற்ற பெண்ணும் விளைவிக்கும் திறனற்ற ஆணும் குழந்தையைத் தத்தெடுத்தார்கள். இன்று செயற்கைக் கருவூட்டல் மூலம் குழந்தையைப் பெற முனைந்திருக்கிறார்கள்.

நேற்று போலல்ல இன்று

ஆண் படுக்கையறையில் உறவைத் தொடங்கிவைத்த காலம் போய்விட்டது. ஆணும் பெண்ணும் படுக்கையில் இன்று சம அளவு உரிமையும் கடமையும் உடையவர்களாயிருக்கின்றனர். பெண்ணின் விருப்பு வெறுப்புகளுக்குட்பட்டே ஆண் இயங்க முடியும். ஆம், பெட்ரூமில் ஆணாதிக்கம் முடிந்து விட்டது என்றே சொல்லவேண்டும். இதற்கு பெண்களுக்கு ஏற்பட்டிருக்கும் விழிப்புணர்வும், கல்வி பொருளாதார சுதந்திரமும் காரணமாயிருக்கும்.

மனைவியைக் கட்டாயப்படுத்தி உடலுறவு கொள்ள கணவன் முயன்றாலும், தன் விருப்பம் போல் அவளை இம்சித்தாலும் அது தண்டனைக்குரிய வன்முறைக் குற்றமாகி விடும். மனைவிக்குப் பாதுகாப்பாக அநேக சட்டப்பிரிவுகள் வந்தாயிற்று.

மனிதர்களின் பெருந்தன்மை, சுயநலம், பொறுப்பு, அக்கறை யின்மை போன்றவை கட்டிலறையில் வெளிப்பட்டு விடுகின்றன.

பெருந்தன்மை கொண்ட கணவன் தனது மனைவியின் திருப்திக்கு முக்கியத்துவம் அளிப்பான். உடலுறவில் அவளைத் திருப்திப்படுத்துவதையே தனது முதற்கடமையாய் கொள்வான். தன் விருப்பத்துக்கு அவளை அடிபணியச் செய்யாமல், அவளுடைய விருப்பம்போல் செயல்படுவான். ஆணைப்போலவே பெருந்தன்மை குணம் மனைவியரிடமும் உள்ளது.

சுயநலம் கொண்ட கணவன் தன் மனைவியின் விருப்பு வெறுப்புகளைக் கருத்தில் கொள்வதில்லை. தன்னுடைய தேவை களைப் பூர்த்திசெய்து கொள்வதிலேயே அவன் குறியாயிருப்பான்.

உடலுறவில் தனக்குப் போதிய திருப்தி கிட்டவில்லை, தன்னுடைய எதிர்பார்ப்புகள் நிறைவேற்றப்படவில்லை, தன் உணர்வுகள் மதிக்கப்படவில்லை என்று தங்கள் மனதுக்குள்ளாகவே

இன்றைய பெண்கள் புழுங்கிக் கொண்டிருப்பதில்லை. 'இதுதான் நமக்கு விதிக்கப்பட்டது' என்று பெண்கள் சகித்துக்கொண்டு விடுவது அந்தக்காலம். இப்போதோ சட்ட நடவடிக்கைமூலம் விடுதலை பெற்று, வேறு துணையைத் தேடிக்கொண்டு விடுகிறார்கள்.

பெண்ணின் ஒத்துழைப்பு இல்லாமல், அவளை வற்புறுத்திக் கொள்ளும் உடலுறவில் மகிழ்ச்சி கிடைக்காது என்பது உண்மை. இருவரும் உகந்த மனநிலையில் இருந்து, இணக்கமாய் செயல் பட்டால்தான் உடலுறவு இனிக்கும். ஒருவருடைய வற்புறுத்தலுக்கு இன்னொருவர் உடன்படுவது மன உபாதைகளுக்குக் காரணமாகிவிடும். அச்சம், வெறுப்பு போன்ற விரும்பத்தகாத உணர்வுடன் உறவு கொண்டால் மனக்கசப்புதான் மிஞ்சும். மகிழ்ச்சியோ சுகமோ இம்மியளவும் இருக்காது.

பெண்ணின் உடல்நலம், உணர்வு நலம் இவற்றைக் கருத்தில் கொண்டே ஆண் உடலுறவில் ஈடுபட வேண்டும்.

இன்று பொருளாதார சுதந்திரம் பெற்றிருக்கிற பெண்கள் தங்கள் மன உணர்வுகளை மதிக்கக்கூடியவனையே கணவனாகத் தேர்ந்தெடுக்கிறார்கள். தங்கள் சுயத்தை மதிக்காத ஆண்களை மதிக்கப் பெண்கள் தயாரில்லை.

முன்பு, திருமணம் என்றால் பெண் பிள்ளைக் குடும்பப் பின்னணி, அவர்களுடைய கல்வி மட்டுமே கருத்தில் கொள்ளப்பட்டது. இப்போதோ அவர்களுடைய பழகும் விதம், நோக்குமுறை, முற்போக்கு போன்ற பல அம்சங்கள் மணவாழ்விற்கு தேவைப்படும் தகுதிகளாகிவிட்டன. இன்றைய பெண் தனக்குச் சமமான ஆணையே மணக்க விரும்புகிறாள் என்பது குறிப்பிடத்தக்கது.

குழந்தை பெற்றுக்கொள்வது தொடர்பாக முடிவெடுக்கும் கருத்துச் சுதந்திரம் பெண்ணுக்கு இருக்கிறது. எப்போது கருத்தரிப்பது அல்லது குழந்தைப்பேற்றை எவ்வளவு காலத்துக்குத் தள்ளிப்போடுவது என்பதை அவள் சுயமாகவே தீர்மானிக்கிறாள். அதேபோன்று கருக்கலைப்பு செய்வது, கருத்தடுப்பு சாதனங்களைப் பயன்படுத்துவது போன்றவற்றை அவளே தீர்மானித்துக் கொள்கிறாள்.

குடும்பத்தில் ஏற்படும் அநேக பிரச்சனைகளுக்கும் அடிப்படை பாலுறவுதான். உடலுறவில் மகிழ்ச்சியின்மை, அதிருப்தி, புறக்கணிப்பு போன்ற காரணங்களால் மணமுறிவு ஏற்படுகிறது. பால்சார்ந்த உறவு நல்லவிதமாக அமைந்து விட்டால், மற்ற பிரச்சனைகளை எதிர்கொள்வது எளிது.

மணவாழ்வின் அடித்தளத்துக்கு வலுவூட்டுவது கணவன் மனைவியின் கருத்தொற்றுமையும், பால்சார்ந்த உறவில் அவர்கள் அடையும் திருப்தியுமே.

பாலுறவு ஒரு கடமையாகவோ, அருவருப்பூட்டுகிற அல்லது சகித்துக் கொள்கிற விசயமாகவோ இருந்துவிடக் கூடாது.

கணவன் மனைவி இருவருமே தங்கள் தற்பெருமை, தாழ்வு மனப்பான்மை, சந்தேகம், அச்சம், வெறுப்பு போன்ற வேண்டாத உணர்வுகளை படுக்கையறைக்கு வெளியில் விட்டுவிட்டு உள்ளே செல்ல வேண்டும்.

கணவன் மனைவி இருவரும் சம உரிமைகளோடும், சமப் பொறுப்போடும் தாம்பத்தியக் கடமையை நிறைவேற்ற வேண்டும்.

உடலுறவு கணவன் மனைவி இருவரின் தேவைகளை தீர்த்து வைக்கிறது, விருப்பங்களை நிறைவேற்றி வைக்கிறது, எதிர்பார்ப்பு களைப் பூர்த்தி செய்கிறது.

'உடலுறவென்பது இருவருக்கிடையில் நேசத்தை அதிகரிக்க உதவும் சாதனம். இதில், அவர்கள் (கணவன், மனைவி இருவருமே தருகிறவர்களாயும், பெறுகிறவர்களாயும் இருக்கிறார்கள்).

நான்கு கட்டங்களில்

உடலுறவு, எழுச்சி நிலை, மேம்படு நிலை, உச்சகட்டம், பூர்வநிலைக்குத் திரும்புதல் என நான்கு கட்டங்களைக் கொண்டது.

1. எழுச்சி நிலை (Excitement Phase)

இது தேகத்திலோ, மனத்திலோ ஏற்படும் கிளர்ச்சியின் விளைவாய் அமைவது. நினைத்தல், பார்த்தல், முகர்தல், உணர்தல் இவற்றால் ஸ்பரிசத்தைப் போலவே உண்டாகும் எழுச்சி.

பெண்ணிடத்தில் பொதுவாக முப்பது நிமிடங்கள் முதல் அறுபது நிமிடங்கள் வரை இந்த எழுச்சி நீடித்திருக்கும். உடலுறவில் அனுபவம் பெற்றபின் அந்தக் கிளர்ச்சி நிலையை மேலும் கொஞ்ச நேரம் நீட்டித்துக்கொள்ள முடியும். எழுச்சியூட்டும் உத்திகளைக் கணவன் மனைவி இருவருமே அறிந்திருப்பது நல்லது.

மோகம் மேலிடுகிறபோது விவேகம் விலகி நிற்கும். உடலுறுப்புகளைத் தேய்த்துப் பிசைந்துவிடுவது, முதுகு பின்புறம் பாதம் தலைப்பகுதிகளை உரசித் தேய்ப்பது, முலைக்காம்பு,

காதுமடல், கழுத்துப் பகுதிகளைத் தடவி முத்தமிடுவது இவற்றால் எழுச்சி உண்டாகும். அந்தரங்க உறுப்பிலும் இத்தகைய செய்கைகளை மேற்கொள்ளலாம்.

பெண் உறவுக்கான கிளர்ச்சியுற்றதற்கு முதல் அறிகுறி அவளுடைய அந்தரங்க உறுப்பில் மசகுத்திரவம் (Lubricant) சுரப்பதேயாகும். இது அவளது புழையின் (Vagina) சுவர்களில் ஊறும் இரத்த அளவு அதிகரிப்பதால் ஏற்படுவது. கிளர்ச்சியின் தொடக்க நிலையில் இக்கசிவு சிறு துளிகளாகவே இருக்கும். சமயத்தில் உறுப்பின் உட்புறப்பிரதேசம் முழுவதையுமே நனைத்து விடும். இது பெண்ணின் உடல்நிலை, காதல் விளையாட்டின் தன்மையைப் பொறுத்தது.

ஆண் தனது குறியை (penis) பெண்ணின் புழையினுள் எளிதாய் செலுத்துவதற்கு இந்த மசகுத்திரவம் உதவும்.

எழுச்சியுள்ள பெண்ணிடம் வேறு சில மாறுதல்களும் நிகழும். அவளுடைய பிறப்புறுப்பு மூன்றில் இரண்டு பங்கு விரிவடையும். கருப்பையும், கருப்பையின் கழுத்துப் பகுதியும் (Cervix) மேல்நோக்கி இழுக்கப்படும். புற உதடுகளை (Labias) சமநிலையில் விலகல் அடையும். உட்புற உதடுகளும் குறுக்களவில் பெரிதாகும். நுண்ணிய தசைநார்கள் இறுக்கமடைந்து அவளுடைய முலைக்காம்புகள் நிமிர்ந்து நிற்கும். மார்பகங்கள் விம்மிக் கனக்கும். இரத்தம் ஓரிடத்தில் குவிந்து ஏற்படும் திரட்சியின் விளைவேயிது.

ஆணின் பிறப்புறுப்பில் ஏற்படும் கிளர்ச்சி அவன் எழுச்சியுற்ற தற்கான அறிகுறி. இதுவும் இரத்தக்குவிதலால் ஏற்படும் விளைவுதான்.

ஆணின் பிறப்புறுப்பு மென்மையான திசுக்கள் கொண்டது. இதில் இரத்தம் நிரம்புகிறபோது விறைப்பு உண்டாகும். உறுப்பு அளவில் பெரிதாகி கடினத்தன்மை அடையும். அவன் உற்சாகமாகவும், மகிழ்ச்சியாகவும் இருக்கும்பொழுது அவனுடைய உறுப்பு எளிதாய் விறைப்பு காணும். அவன் சோகமும், வருத்தமும் கொண்டிருக்கும் நிலையில் அவனுடைய உறுப்பு முழுமையாய் விறைப்படையாது.

ஆணுறுப்பின் எழுச்சிக்கட்ட விறைப்பு அப்படியே இருந்து கொண்டிருக்காது. அவனது உடல் வேறு பணிகளில் ஈடுபடும்போதோ, சிந்தனை வேறுபக்கம் திரும்புகிறபோதோ விறைப்பு குறைந்துவிடும்.

விரைந்து எழுச்சி காண 'வெரைட்டி' (Variety) தேவைப்படும். முத்தமிடுவதிலும், தழுவு நிலைகளிலும் பல தினுசுகளைப் பழகிக்

கொள்ள வேண்டும். தொடர்ந்து ஒரேமாதிரியான முத்தம், தழுவல் இவற்றில் துரிதத்தன்மை பாதிப்புற்று உடனடி விறைப்பு ஏற்படாது.

எழுச்சிக்கட்டம் ஒருவருடைய மனநிலை, சூழ்நிலை இவற்றை உட்படுத்தியிருப்பது தெளிவு.

2. மேம்படு நிலை (Plateau)

எழுச்சிக்கட்டத்தின் பிற்பகுதியில் பெண்ணின் முலைக்காம்பு களும், பாலுறவு செயல் மையமான (Clitoris) மன்மத பீடமும் நிமிர்வடைந்திருக்கும். இதயத் துடிப்பும் (100 -150 துடிப்புகள்) சுவாசிப்பும் அதிகரித்து காணப்படும். பெண்ணின் பிறப்புறுப்புத் தசைகளில் இரத்தம் குவிந்து தசைகள் பருமன் அடையும். அது ஆணுறுப்பின் அளவு எப்படியிருந்தாலும் ஒரு பிடிப்பை ஏற்படுத்திக் கொண்டு விடும். இந்நிலையில்தான் பாலுறவின் உச்சகட்ட இன்ப நிலைக்கு உறுப்பு தயாராவது.

3. உச்சகட்டம் (Orgasm)

இக்கட்டத்தில் பாலுணர்வு முழுமை அடைந்திருக்கும். பல நிமிடங்கள் நிகழ்கிற உடலுறவில் உச்சகட்டம் என்பது சில நொடிகள் மட்டுமே. தசைகளில் ஏற்படுகிற சீரான இறுக்கத்தின் விளைவாக இன்னதென்று விவரிக்க இயலாத ஓர் உணர்ச்சி உடலெங்கும் பரவி நிற்கும். அதனால் உண்டாகும் பரவசமும் அளவற்றதாக இருக்கும்.

உச்சகட்ட அனுபவம் அவரவர் உடல், மன நிலைகளைப் பொறுத்து துரிதமாக அல்லது தாமதமாக நிகழும்.

ஆணைப்போலவே பெண்ணும் உச்சகட்டத்தை அனுபவிக் கிறாள் என்பது கொஞ்சகாலத்துக்கு முன்புதான் தெரியவந்தது. உச்சகட்டத்தை அனுபவிப்பது உடம்பின் இடுப்புப்பகுதி மட்டுமல்ல, அந்த நிகழ்வில் தலைமுதல் கால்வரை ஒட்டுமொத்த உடம்பும் பங்கேற்கிறது.

ஆணுக்கு உச்சகட்டமும் விந்து வெளிப்பாடும் ஒரே சமயத்தில் ஏற்பட்டு விடுகிறது. பெண்ணைப் பொறுத்தவரை ஒரே இரவில் பல உச்சகட்டங்களை அவள் அனுபவிக்கிறாள். உச்சகட்டங்களின் உணர்ச்சி, நிலைப்புத்தன்மை, திருப்தி இவை ஒரேமாதிரி இருக்காது.

உச்சகட்டத்தை அடைய முடிந்த பெண்ணே உடலுறவில் திருப்தி அடையமுடியும். உச்சகட்டந்தான் உடலுறவின் ஒட்டுமொத்த

அனுபவத்தை நிறைவை பெண்ணுக்கு வழங்குகிறது. தன் உடல்சார்ந்த, மனம் சார்ந்த தேவைகள் பூர்த்தியடைந்ததாய் அப்போது அவள் உணர்கிறாள்.

உடலுறவில் உச்சகட்டம் ஏற்படாமல் போவதும் உண்டு. அதற்கு தாழ்வு மனப்பான்மை, கவலை, நம்பிக்கையிழப்பு போன்ற காரணங்கள் இருக்கக்கூடும்.

4. பூர்வ நிலைக்குத் திரும்புதல் (Resolution)

இது தணிவுநிலை. உடலுறவு என்கிற செயலின் பூர்த்தி.

ஆணைவிட சற்று நிதானமாகவே பெண் தன்னுடைய உணர்வின் பிடியில் இருந்து விடுபடுகிறாள், இயல்புக்குத் திரும்புகிறாள்.

பெண்ணுக்கு இந்நிலையில் திசுக்களின் இரத்தம் வெளியேற்றப் பட்டு உச்சகட்டம் தகர்ந்து விடுகிறது. அவளுடைய கருப்பை தனது பூர்வநிலைக்குத் திரும்புகிறது. பூரித்திருந்த மார்பகங்களின் அளவும் குறைகிறது. தான் அடைந்த பரவச உணர்விலேயே அவள் திளைத்திருக்க விரும்புவாள்.

இந்தக்காலத்து இளைஞர்கள் எல்லாருமே பாலியல் ஞானம் உடையவர்கள் என்று சொல்லமுடியாது. பலரும் தங்கள் வாழ்க்கைத் துணையின் தேவைகள் பற்றி அறிந்திருக்க மாட்டார்கள்.

தம்பதிகள் முதல்முறையாய் கூடும்போது மணவிழாச் சடங்குகளால் ஏற்பட்ட களைப்பு, பதட்டம், மன இறுக்கத்தோடு இருப்பார்கள். அவர்கள் ஒருவரையொருவர் புரிந்துகொண்டு, ஒரு இணக்கத்தை ஏற்படுத்திக்கொள்ள சில நாள் அவகாசம் வேண்டியிருக்கும்.

தன் மனைவியின் எதிர்பார்ப்புகள் என்ன, அவளை எப்படி அணுகுவது என்பது கணவனுக்குத் தெரிந்திருக்க வேண்டும். அவன் எழுச்சியற்றவனாக இருந்தால் அவர்களிடையேயான பாலுறவு பிரச்சனைக்குரியதாகிவிடும்.

பெண், தன்னுடைய முதல்நாள் (இரவு) அனுபவத்தை வாழ்நாள் முழுவதும் மறக்கமாட்டாள். அது ஆனந்தமளிப்பதாயினும் சரி, அதிர்ச்சியளிப்பதாயினும் சரி.

பாலுறவிற்குத் தகுதியான உடல்நிலை, தகுதியான மனநிலை முக்கியம்.

அந்த மூன்று நாட்கள்

பெண்ணுக்கு ஏற்படும் மாதவிலக்கைக் காரணம் காட்டி அவளை தாழ்வுறச் செய்த காலங்கள் உண்டு.

பெண்ணின் குருதி அழுக்குகள் வெளியேறும் நாட்கள் மாதவிடாய்க் காலமாகும். பெண்ணுக்கு 12-48 வயதுக் கட்டத்தில் மாதம் ஒருமுறை உதிரப்போக்கு ஏற்படும்.

மாதவிடாய் சுழற்சி பெண்ணுக்குப் பெண் வேறுபடும். வழக்கமாக இருபத்தியெட்டு நாட்களுக்கு ஒருமுறை நிகழ்வது, சமயத்தில் 21-40 நாட்களில் நிகழவும் கூடும்.

மாதவிலக்கான ஒன்பதாம் நாளில் இருந்து பத்தொன்பது நாட்கள் வரையில் அவளுடைய சினைப்பையில் இருந்து சினைமுட்டை வெளிப்படும்.

மாதவிடாய்க்குமுன் வலியுடன் கூடிய தசை இறுக்கம், மார்பக நெகிழ்வு, வீக்கம், தலைவலி, மனச்சோர்வு, எரிச்சல் போன்ற மாறுதல்கள் இருக்கும். சிலருக்கு மாதவிடாய் நாட்களின் தொடக்கத்திலும் இத்தகைய உபாதைகள் இருக்கும்.

பெண்கள் தங்களுடைய உணவுப்பழக்கத்தை மாற்றிக் கொள்வதன் மூலம் இத்தகைய உபாதைகளுக்குத் தீர்வு காணலாம். இனிப்புமிக்க பண்டங்களையும், கொழுப்புச்சத்து கூடிய உணவு வகைகளையும், பதப்படுத்தப்பட்டவற்றையும் அவர்கள் தவிர்க்க வேண்டும்.

மாதவிடாய்க் காலத்தில் 4-5 நாட்கள் உதிரப்போக்கு இருப்பது இயல்புதான். அதற்கு மேலும் நீடித்தால் மருத்துவ ஆலோசனை தேவைப்படும்.

மாதவிடாயின்போது வலி இருப்பதற்குக் காரணம் அப்போது கருப்பை தனது கழிவுகளை வெளித்தள்ளும் முயற்சியில் தசைகள் இயங்குவதுதான். கருப்பை இயல்புக்கு மாறான நிலையில் அமைந் திருந்தாலும் போதிய வளர்ச்சியற்று இருந்தாலும் வலி கடுமையாக இருக்கும்.

பெண் மாதவிடாய்க் காலத்தில் கடினமான வேலைகளைச் செய்யக்கூடாது. எளிமையான விளையாட்டு, வீட்டுக் காரியங்களில் ஈடுபடலாம். இடுப்புப் பிரதேசத்தில் இரத்த ஓட்டத்தை இது மேம்படுத்தும். அந்த நாட்களில் மன அமைதியும், மகிழ்ச்சியும் கெடாமல் இருப்பது அவசியம்.

மாதவிடாய் நாட்களில் காற்றில் உள்ள நுண்கிருமிகள் பாதிப்பில் வீச்சமடிக்கும். அடிக்கடி நாப்கினை (Napkin) மாற்றுவது நல்லது.

மாதவிடாய் தள்ளிப்போக நீரிழிவு, மலேரியா, காசம், சயம், குடல் காய்ச்சல் (டைபாய்டு) காரணமாகலாம். நாளமில்லா சுரப்பிகளின் இயக்கக் கோளாறு, இயக்குநீர்களின் (Hormone) சீர்த்தன்மை கெடுவதும்கூட காரணமாயிருக்கும்.

மாதவிடாய் கட்டத்தில் மன அதிர்ச்சி, சூழ்நிலை மாற்றம், மோசமான தட்பவெப்ப நிலை, உணர்வெழுச்சி இவற்றாலும் பாதிப்பு ஏற்படக்கூடும்.

உதிரப்போக்கு அதிகமாயிருந்தால் பெண் உடல் ரீதியாகவும், மன ரீதியாகவும் அவதிப்பட நேரும். இரத்த சோகை, தைராய்டு கோளாறு பின்னணியில் இருக்கலாம். மருத்துவப் பரிசோதனை தேவைப்படும்.

கர்ப்ப காலத்தில்

கர்ப்ப காலத்தில் சில பெண்களின் பாலுணர்வு சரிவடையும். கருவுற்ற முதல் மூன்றுமாத கட்டத்தில் அவள் அதிகம் சோர்ந் திருக்கக்கூடும். அதனால் அவளுடைய உடலுறவு நாட்டம் குறையும். அடுத்த மூன்றுமாத காலத்தில் அவளுடைய உடலுறவு வேட்கை மிகுதியாகும். கடைசி மூன்று மாதங்களில் அடிக்கடி உடலுறவு கொள்ளும் நிலை இருக்காது.

பொதுவாக, கர்ப்பகால உடலுறவைத் தவிர்ப்பது நல்லது. கர்ப்ப காலத்தில் பிறப்புறுப்பு அல்லது கருப்பையில் இருந்து இரத்தம் கசியுமாயின் உடலுறவு நடவடிக்கைகளை நிறுத்திக்கொண்டு விட வேண்டும்.

கர்ப்பகால உடலுறவின்போது உச்சகட்ட உணர்வை அடைவதால் அகாலப் பிரசவம் ஏற்படக்கூடும் என்று மருத்துவர்கள் தெரிவிக்கிறார்கள்.

நாற்பதுகளில்

நடுத்தர வயதில் பெண்கள், தங்கள் குழந்தைகளின் எதிர்காலம் பற்றியே சிந்தித்துக் கொண்டிருப்பார்கள். கொஞ்சநாளில் அந்தப் பிள்ளைகளும் தத்தமது வாழ்க்கையை அமைத்துக் கொண்டுவிட, தாய்மனம் வெறிச்சோடிப் போகும். குழந்தைகளின் பிரிவு மனக் கலக்கத்தை உண்டுபண்ணும் என்றாலும், தம்பதிகள் ஒருவருக்கொருவர் ஆதரவாக இருந்துகொள்ள அந்தத் தனிமையே வாய்ப்பாக அமையும்.

நடுத்தர வயதில் ஆர்வக்குறைவு, மனச்சலிப்பு, நம்பிக்கைத் தளர்வு காரணமாய் வாழ்க்கையே இயந்திர கதியை அடையும் நிலையும் உண்டு. உடற்சோர்வு, மனச்சோர்வு ஏற்பட்டு அவர்கள் பொழுதுபோக்குகளில் நாட்டமில்லாதவர்களாக இருப்பார்கள். உறக்கம், பசியுணர்வு இல்லாமல் அவதிப்பட நேரும். அதற்காக நடுத்தர வயதுக்காரர்கள் எல்லாருமே இந்த நிலைக்கு ஆளாவார்கள் என்பதில்லை. தங்கள் ஐம்பதுகளில் மகிழ்ச்சியோடும், மனநிறைவோடும் வாழ்பவர்கள் நிறைய பேர்.

மாதவிடாய் நிறுத்தம் ஏற்படும் காலம்

முதுமையில் எல்லாப் பெண்களுமே கரு உற்பத்தித் திறனை இழந்துவிடுகிறார்கள். முப்பதுகளின் பிற்பகுதியில் இத்திறன் படிப்படியாய் நலியத் தொடங்குகிறது. அப்போது மாதவிடாய் சுழற்சியில் குறிப்பிடத்தக்க மாற்றங்கள் நிகழும்.

நாற்பது வயதுக்குப் பிறகு சினைமுட்டை வெளியிடுவது குறைந்துவிடுகிறது. நாற்பத்தி எட்டுமுதல் ஐம்பத்திரண்டு வரையிலான காலகட்டத்தில் மாதவிடாய் போக்கு அறவே நின்றுவிடுகிறது. ஆங்கிலத்தில் இந்நிலையை 'மெனோபாஸ்' (Menopause) என்பார்கள்.

இயக்கு நீர்மாற்றம் காரணமாய் எண்பது சதவீதப் பெண்களுக்கு மாதவிடாய் நிற்கும் அறிகுறிகள் காணப்படும். உடம்பின் மேற்பகுதி சூடாகிற உணர்வும், அதிக அளவில் வியர்வையும், தலைச்சுற்றலும் இருக்கும். சில பெண்கள் வாரம் ஒருமுறையும், சில பெண்கள் சில மணி நேரத்துக்கொரு முறையும் இத்தகைய அனுபவத்தை அடைகிறார்கள். சுமார் பதினைந்து நிமிடத்துக்கு இந்த நிலை நீடிக்கும். பெரும்பாலும் இரவிலேயே இப்படி நேரும் என்பதால் பெண்கள் உறக்கத்தை இழந்து மன உளைச்சல் அடைவார்கள். இந்தப் பிரச்சனைக்கு (இயக்குநீர் குறைபாட்டில் இத்தகைய அடையாளங்கள் காணப்படின்) சிகிச்சை எதுவும் தேவைப்படாது.

மெனோபாஸிற்குப் பிறகு மார்பகங்கள் மெலிவடையும். உடலுறவுக்கான உணர்வு இருந்தாலும், மசகுத்திரவம் சுரக்காத காரணத்தால் உடலுறவு வலியைக் கொடுக்கும். இயக்குநீர் அளவு குறையும்போது பெண்ணின் பிறப்புறுப்பு சுருங்கி மெலிவடையும், திசுக்கள் நீட்சித்திறனை இழக்கும். உறவு மறுப்பில் வியப்பில்லை.

ஐம்புலன்களின் பங்களிப்பு

காதல் கொண்ட கணவன் மனைவியை 'ஈருடல் ஓருயிர்' என்கிறார்கள். ஆனால், தங்கள் புலன்களின் (Senses) அனுபவத்தில் இருவரும் வேறுபடவே செய்வார்கள். உணர்வது, பார்ப்பது, முகர்வது, சுவைப்பது, கேட்பதில் வேறுபாடு இருக்கும். உடலுறவில், நிச்சயம் வேறுபட்ட அனுபவமே இருக்கும்.

ஒரு செய்கை எந்த அளவு மோக ஊக்கியாய் (Erotic) ஒருவரைத் தூண்டுமோ, அதே அளவு மற்றவரைத் தூண்டும் என்பதற்கில்லை. முத்தமிடுவது, தழுவுவது, தட்டுவது, வருடுவது போன்ற உடலுறவுக்கு முந்தைய காதல் விளையாட்டுகளை விரும்புவதில், அவற்றால் கிளர்ச்சியடைவதில் வேறுபாடு இருக்கும்.

மனைவியின் இடுப்பில் கணவன் கரம் பதித்தால் அவளுக்கு இன்ப உணர்வு பெருகும். அவனுடைய அந்தச் செய்கையில் அவளுக்கு விருப்பம் இருக்கும். ஆனால், கணவன் இடுப்பில் அவள் கரம் போக்கினாலோ அவன் கூச்சத்தில் நெளிவான்.

'இயங்குவது உங்கள் புலன்கள் மட்டுமல்ல, உங்களுடைய மனங்களுந்தான்' என்கிறார் உளவியல் மற்றும் பாலியல் நிபுணருமான டேவிட் ஷ்னார்ச்.

உடலுறவில் தன்னுடைய மகிழ்ச்சியைப் போலவே, தன் வாழ்க்கைத்துணையின் மகிழ்ச்சியையும் கருத்தில் கொள்வது முக்கியம். எத்தகைய செய்கைகள் புலன்களுக்கு மகிழ்ச்சியூட்டுமோ அதன்மூலம் மகிழ்ச்சியை அதிகரித்துக் கொள்ள வேண்டும்.

புலன்களின் அனுபவம்

தொடுதல்

தொடுவது இதம், சுகம். ஸ்பரிசம் சக்திவாய்ந்த விளைவு கொண்டது. உடம்பில் உணர்வு குறைவான இடங்களில் இருந்து உணர்ச்சி மிக்க இடங்களை நோக்கித் தடவிக் கொண்டு போவது ரொம்பவும் கிளர்ச்சியைத் தரும்.

காது மடல்கள், வாய், மார்பகம், புட்டப்பகுதி, தொடைகளின் உட்பகுதி, பிறப்புறுப்பு இவை உணர்ச்சிக் களன்கள். இந்த இடங்களைத் தொடும்போது இச்சை தூண்டப்படும். இது பெரும்பாலானவர்களின் நிலை. சிலருக்கு உள்ளங்கை, பாதம், வயிற்றுப்பகுதி இவை தூண்டலுக்கானவை.

சருமத்தின் மேற்பரப்பில் உணர்வு இடம்பெறாது, அதன் உட்புற அடுக்கில்தான் (Second Layer) ஏற்படும். பெண்களின் சருமத்துக்கு நுட்ப உணர்வு அதிகம். ஒரு சின்ன அழுத்தம் அல்லது மென்மையான தீண்டல் அவர்களுக்குப் போதுமானது. தொடுகையின் பின்னே செயல் நோக்கம் (Intention) இருக்க வேண்டும்.

தொடுவதன் மூலம் தன்னுடைய விருப்பத்தை ஒருவர் மற்றவருக்கு உணர்த்துகிறார். ஆடவனின் இச்சையைப் புரிந்துகொள்ளும் ஆற்றல் பெண்ணுக்கு அதிகம். விருப்பமுடன் கூடிய பார்வையும் ஒரு தீண்டலாகவே அவள் உணர்வாள். ஆனால் தற்செயலான (வெற்றான) தீண்டலில் அவள் கிளர்ந்தெழுந்து விடுவதில்லை.

பார்வைகள்

பெண்ணுக்கு வெளிச்சத்தில் கூச்சம். அவள் இருட்டில் அல்லது மங்கிய ஒளியில் உறவாடவே விரும்புவாள். ஆணுக்கோ வெளிச்சத்தில் பெண்ணை முழுசாகப் பார்த்து, அங்கம் அங்கமாக அவளுடைய அழகை ரசிக்க வேண்டும்.

உடலுறவின்போது தங்கள் உடலமைப்பில் அல்லது அங்கங்களின் மீது கொண்ட அதிருப்தி காரணமாக சிலர் கண்களை மூடிக்கொண்டு விடுவார்கள்.

சில ஆண்களுக்கு மார்பிலும் கைகளிலும் கரடி மாதிரி அடர்ந்த முடி காணப்படும். சிலருக்கு தங்கள் உறுப்பின் அளவு குறித்த அச்சம் இருக்கும். பெண்களில் சிலருக்குத் தங்களது சிறிய மார்புகள் அல்லது பெரிய தொடைகள் பற்றிய சங்கட உணர்வு இருக்கக்கூடும். நிறையபேர் உடலுறவின்போது கண்களின் தொடர்பைத் தவிர்க்க முனைவது இத்தகைய பிரச்சனைகளால்தான்.

வாசனை

ஒவ்வொரு பூவுக்கும் ஒரு வாசனை இருப்பதுபோல, ஒவ்வொரு உடம்பும் ஒரு வாசனையோடு இருக்கும். சருமத்தின் வாசம் அதில் உள்ள பாக்டீரியாக்களின் சேர்க்கையைப் பொறுத்தது.

உடலின் வாசனையும் ஒரு மோக ஊக்கிதான். நல்ல வாசனை ஈர்ப்புத்தன்மை கொண்டது. வாசனைக்கும் கவர்ச்சிக்கும் தொடர்பிருக்கிறது. சிலருக்கு வியர்வை நாற்றத்தில் பாலுணர்வு தூண்டப் படுகிறது. (வக்கிரம்!)

குளித்துவிட்டு வருகிற பார்ட்னரிடம் ஏற்படுகிற விருப்பம், விளையாடிக் களைத்து வியர்வை நாற்றத்துடன் வருகிறவரிடம் இருக்காது. எத்தனை அழகான நபராயினும் வாய் நாற்றத்துடன் இருந்தால் அருகில் நெருங்கவோ அவருடன் பேசவோ பிடிக்காது. உடலைத் தூய்மையாக வைத்துக்கொண்டு இயற்கை வாசத்துடன் இருப்பதே உகந்தது. உறுப்புகளை - வாய் உட்பட சுத்தமாக வைத்துக் கொள்வது முக்கியம்.

ஆணைவிட பெண்ணுக்கு மோப்ப சக்தி அதிகம். மூன்றடி தூரத்தில் இருந்தபடி லேசான வியர்வை நாற்றத்தை அவர்களால் முகர்ந்தறிய முடிகிறது.

சுவைத்தல்

நம்முடைய நாவில் 10,000 சுவை அரும்புகள் (Taste - Buds) இருப்பதாய் அறிவியலார் குறிப்பிடுவர். கசப்பை அடிநாக்கும், இனிப்பை நுனிநாக்கும், புளிப்பை நாவின் பக்கவாட்டுப் பகுதிகளும் சுவைத்தறியும். உப்புச் சுவையை நாக்கின் எந்தப் பகுதியும் அறிந்துகொள்ளும். மனித சருமம் எத்தனை தூய்மையாக இருந்தாலும் சற்றே கரிப்புத்தன்மை கொண்டிருக்கும்.

கேட்டலும் ஒலித்தலும்

சீர்த்தன்மை கொண்ட எந்த ஒலியும் (அருவியின் ஓசை, பறவைகளின் கீதம் இப்படி) நம்மால் விரும்பி ரசிக்கப்படும். வாழ்க்கை நெடுகிலும் சீரான ஓசை நயத்தில் நாம் ஈர்க்கப்பட்டுக் கொண்டேயிருப்போம்.

பாலுணர்வைத் தூண்டும் ஒலிகள் உண்டு. உடலுறவின்போது கிளர்ச்சியுற்ற பெண் பொருளற்ற ஒலிகளை எழுப்பிக்கொண்டே யிருப்பாள். அவளுடைய முனகல், புலம்பல், பெருமூச்சின் ஓசை இவையும் ஆணுக்கு இன்ப உணர்வை அதிகரிக்கும்.

ஓதோ ஒருவகை மோக ஊக்கி தேவைப்படுகிறது ஆர்வத்தீயை மூட்டுவதற்கு.

திறமை மிக்கவர்கள் தங்கள் வாழ்க்கைத் துணையின் பாலுணர்வுக் குறிப்புகளை உடலுறவின்போது கண்டறிகிறார்கள், தங்கள் புலன் களைக் கொண்டு.

மறுக்கும் நிலைகள்

அதிகாலை நேரத்தில் சிலருக்கு உறவுகொள்ளத் தோன்றும். எல்லோருக்குமே அந்தியில் ஆசை அரும்பாகி, முன்னிரவில் மலர்ந்துவிடும்.

'அவளிடமிருந்து அழைப்புக்கான சங்கேதக் குறிகள் கிடைக்காதா?' என்று கணவன் ஆவலுடன் காத்திருப்பான்.

'அவரே அழைக்கட்டும்' என்று மனைவி கொஞ்சம் பிகுவாக இருப்பாள்.

காந்தம் இரும்பை இழுத்ததா, இரும்பு காந்தத்திடம் இழுபட்டதா என்ற ஆராய்ச்சிக்கே இடம் இல்லாமல், இருவரும் ஒருவரில் ஒருவர் ஊடுருவிப் பரவி விடுவார்கள்.

ஆனால், எப்போதுமே உடலுறவு இப்படி இயல்பாக இருந்து விடுவதில்லை. சில நேரங்களில் பெண் உறவை எதிர்பார்த்திருக்க கணவன் கண்டுகொள்ளாமல் இருந்துவிடுவான். அதேபோல் மனைவியும் கணவனின் ஆர்வத்துடிப்பை அலட்சியப்படுத்தி விடுவதும் உண்டு.

மிஸ்டர் எக்ஸ் அன்று நல்ல மூடில் (Mood) இருந்தார். அந்த ஞாயிற்றுக்கிழமையைக் கொண்டாடுகிற முடிவு. டீ கொண்டு வந்த மனைவியை அப்படியே அள்ளியணைத்துக் கொள்ளத் துடித்தார். அவளுடைய இடுப்பில் ஒரு கை போட்டு பக்கமாய் இழுத்து, இன்னொரு கையால் அவளது முகவாய் பற்றி முத்தமிடத் தோன்றியது. அவர் செயலில் காட்ட முனைந்தபோது அவள் தடுத்து, விலகினாள்.

'இன்று கொண்டாடி விடுவோமா?' என்று கிறக்கத்துடன் கேட்டார் அவர்.

'இல்லை. இன்னைக்கு வேணாம். நான் ரொம்ப டயர்டா இருக்கேன்' என்றாள் அவள்.

'பார்த்தால் அப்படித் தெரியலை' என்று எண்ணிக் கொண்டார். ஆனாலும், தன்னுடைய மனதை மாற்றிக்கொண்டு அவள் நெருங்கி வருவாள் என்று அவர் எதிர்பார்த்தார். அவளோ, இரவு படுக்கைக்கு வந்தபோது கட்டிலின் மறுமுனையில் படுத்துக் கொண்டாள்.

இவர், அவள்மீது கை போட்டார். அவள் அவருடைய கையைத் தட்டிவிட்டாள்.

'இதோ பாருங்க! நான் நிஜமாவே அந்த மூடில் இல்லை' என்று உறுதியாகக் கூறினாள் அவள்.

சி.எஸ். தேவநாதன்

மிஸ்டர் எக்ஸ் நள்ளிரவு கடந்தும் தூக்கம் வராமல் படுக்கையில் புரண்டார். தன்னுடைய அழைப்பு நிராகரிக்கப்பட்டதை அவரால் தாங்கிக்கொள்ள முடியவில்லை.

ஆண், உறவில் பிரச்சனை இருக்கும்போதும், அலுவலக, நிதிப் பிரச்சனைகளில் சிக்கியிருக்கும்போதும் உடலுறவில் ஆர்வம் காட்டுவதில்லை. உடல் உபாதை, நீண்ட பயணத்தில் ஏற்பட்ட சோர்வு போன்ற நிலைகளிலும் அவன் மனைவியைத் தீண்ட மாட்டான்.

பெண் உடலுறவில் நாட்டம் கொள்ளாதிருக்கப் பல காரணங்கள். கணவனுக்கு வேறொரு பெண்ணுடன் தொடர்பிருப்பது தெரிய வருகிறபோதும், கணவன் தன்னுடைய தேவைகளை, எதிர்பார்ப்பு களை நிறைவேற்றாதபோதும் தன்னை அவர் மதிக்காத நிலையிலும், தன்னுடைய மன உணர்வுகளை அவன் காயப்படுத்தி விட்டாலும் அவனது அழைப்பை அவள் நிராகரிக்கிறாள். அவனுடைய ஆசைகளுக்கு 'செக்' (Check) வைக்கிறாள்.

உங்களுடைய தன் முனைப்பு (Ego) பாதிக்கப்படுகிறபோது உங்களால் எப்படி இயல்பாக நடந்துகொள்ள முடியும். எதிராளியை வீழ்த்தும் சந்தர்ப்பத்தை நீங்கள் எதிர்பார்த்திருப்பீர்கள்தானே.

மனைவி, 'எனக்கு இப்போ ஆர்வம் இல்லை' என்று சாதாரணமாகச் சொன்னாலும் அந்தச் சமாதானத்தின் அடியாழத்தில் வேறு காரணம் இருக்கும். 'நான் ஒரு செலவு பண்ணினா அதுக்குப் பத்துக் காரணம் கேக்கறே...' 'இவருக்கு உடம்பு மூளை, ஆனா மூளை முழுக்க பிசினஸ்... பிஸினஸ்தான், என்னைப் பத்தின நினைப்பு இந்த ஆளுக்குக் கொஞ்சமாவது இருக்குமா?' என்கிற மாதிரி.

வீட்டுக்கடனுக்கான அந்த மாதத் தவணையை வங்கியில் செலுத்த வேண்டிய மைக்கேல், க்ளப்பில் சீட்டாடித் தொலைத்துவிட்டு வந்தால் எப்படி பொறுத்துக்கொள்ள முடியும். சுளையாக இருபதாயிரம் ரூபாய், குடிபோதையில் வந்து மனைவியின் மடியில் இடம் தேடுகிறார் மனுசன். ஏஞ்சலின் அவரை, கண்ணில்பட்ட, கையில் கிடைத்த எதைக் கொண்டும் தாக்கியிருப்பாள். அப்புறம் மருத்துவச் செலவு செய்ய நேரிடும், போய்த் தொலையட்டும் என்று விட்டுவிட்டாள். அன்று மைக்கேல் வயிற்றுப் பசியோடு உடற்பசியும் கொண்டு தவிக்க நேரிட்டது.

இப்படிக் காரணத்தோடு கணவனின் அழைப்பை மனைவி மறுக்கக்கூடும். ஆனால் அந்த மறுப்பு நீடித்தால் அவர்களுடைய உறவு நிலைக்காமல் போய்விடும். இதனை அவர்கள் புரிந்துகொள்வது நல்லது.

கணவன் ஒன்றைக் கருத்தில் கொள்ள வேண்டும். வற்புறுத்தலின்றி மேற்கொள்ளப்படுகிற உறவுதான் சிறப்பாக அமையும். உறவில் பதட்டம் கூடாது, நிதானம் தேவை. உடலளவிலும் மனதளவிலும் பெண் தயாராவதற்கு கண்டிப்பாய் அவகாசம் தேவைப்படும்.

அன்றிரவு, கணவன், உடலுறவில் புதிய செய்முறை ஒன்றை முயன்று பார்க்க எண்ணியிருப்பான். மனைவியோ தனது பிறந்தகத்து நெருக்கமான ஒருவனை இழந்த துக்கத்தில் இருப்பாள். அவன், தன்னுடைய உணர்வை மதிக்கவேண்டும் என்பது அவளுடைய எதிர்பார்ப்பு. அது நியாயந்தானே.புதிதாய் குழந்தை பெற்ற மனைவியை உறவுக்கு அழைக்கிற கணவன் கொஞ்சமும் மனிதநேயமற்றவன்தானே.

மன இறுக்கம், மன உளைச்சலில் பாதிக்கப்பட்ட பெண்ணோ ஆணோ உடலுறவில் எப்படி சுறுசுறுப்பாக இயங்கமுடியும். அத்தகைய நிலையில் மறுப்பது தவறல்லவே.

பாலுறவு நாட்டத்தைத் தூண்டுவது 'டெஸ்டாஸ்ட்ரோன்' (Testosterone) என்கிற இயக்குநீர் ஆகும். மன உளைச்சல் நீடிக்கிறபோது இந்த ஹார்மோனின் இயக்கம் குறைந்துவிடும்.

பாலுறவில் பிரச்சனை ஏற்பட பல காரணங்கள் இருக்கும். தைராய்டு குறைபாடு, இயக்குநீர்களின் சீரற்ற தன்மை, டெஸ்டாஸ்ட்ரோன் தாழ்வுறுதல் போன்ற உடல் சார்ந்த கோளாறுகள், 'நம்மால் சரியாக இயங்க முடியாதோ' என்கிற கவலை உட்பட பல மனோரீதியான காரணங்கள்! ஆனால் பாலியல் வல்லுநர்களும், உளவியல் நிபுணர்களும் இத்தகைய பிரச்சனைகளுக்குத் தீர்வளிப்பார்கள்.

உடலுறவைத் தகுந்த காரணமின்றி மறுக்க முனையாதீர்கள். அதில் உண்டாகும் பரவசத்தைத் தவறவிட்டால் உங்களை நீங்களே தண்டித்துக் கொள்வதாகி விடும்.

பயன் தரும் பாலுறவு

உடலுறவு தலைவலி முதுகுவலி போன்ற உபாதகளில் அற்புதமாய் நிவாரணமளிக்கும் என்றால் உங்களால் நம்ப முடியுமா? நம்புங்கள். உடல் சோர்வையும் மனச்சோர்வையும் ஒருசேர விரட்டியடிக்கும் சக்தி உடலுறவுக்கு உண்டு.

மன உளைச்சல் ஏற்பட என்ன காரணம்? கோபம், வருத்தம், கவலை, குற்ற உணர்வு போன்ற வேண்டாத உணர்ச்சிகள்தாம். அவற்றால் உங்கள் உடலின் பொது ஆரோக்கியத்தை வலிமையை

நீங்கள் இழக்க நேரிடலாம். உளைச்சலின் காரணமாக நோயினின்று பாதுகாத்துக் கொள்ளும் திறன் (Immune Power) குறையும். உடலில் ஜலதோஷம், இரத்த அழுத்தம், குடற்புண் போன்ற பிரச்சனைகள் உண்டாகும். ஆனால், உடலுறவு மூலம் உங்களை நீங்கள் மீட்டெடுக்க முடியும். கடுமையான மனத் தாக்குதலில் இருந்து நீங்கள் விடுபடுவீர்கள்.

கோபத்துக்குக் காரணமான அட்ரீனலின்★ (★ அட்ரீனலின் - கோபம், தாபம், அதிர்ச்சி முதலான சந்தர்ப்பங்களில் வெளியிடப்படும் சுரப்பிநீர், அட்ரீனல் சுரப்பி சிறுநீரகத்தின் மேலோ, பக்கத்திலோ அமைந்திருக்கும்) (Adrenalin) சுரப்பை மட்டுப்படுத்துவதோடு சுறுசுறுப்புக்கான எண்டார்பின்களை (Endorphine) விடுவிக்கிற காரியத்தையும் உடலுறவு மேற்கொள்ளும்.

'உடலுறவு நல்லாரோக்கியத்தை ஏற்படுத்தும்' என்று ஒரு வரியில் சொன்னால் போதாது. 'உடலுறவு மூலம் பல உபாதைகளைக் குணப்படுத்த முடியும்' என்கிறார்கள். உடலுறவுக்கும் ஆரோக்கியத்துக்கும் உள்ள தொடர்பை ஆராய்ந்த டாக்டர், டேவிட் சாபல் மற்றும் ராபர்ட் ஆர்ன்ஸ்டெய்ன் என்பவர்கள்.

'உடலுறவில் போதிய திருப்தி ஏற்படாத நிலையில் இருதய நோய் ஏற்படக்கூடிய அபாயம் இருக்கிறது' என்கிறார் உளவியல் நிபுணரான அலெக்சாண்டர் லோவன்.

சுறுசுறுப்பான உடலுறவு ஒரு எளிய உடற்பயிற்சி மாதிரி, உடம்புக்கு இளைப்பாறல் கிடைக்கிறது.

பெண்களின் மாதவிலக்கிற்கு முந்தைய பிரச்சனைகளையும் உடலுறவு நீக்கும்.

மாதவிலக்கிற்கு ஐந்து முதல் ஏழு நாட்களுக்கு முன்பாக இரத்தம் அதிக அளவு இடுப்பெலும்புக்கூட்டுக்குப் பாய்ந்து செல்லும். அதன் விளைவாக இசிவு, வீக்கம் ஏற்படுவதுண்டு. உடலுறவின் உச்சகட்ட நிலையில் தசைகள் சுருங்கும். அதனால் இடுப்பெலும்புப் பகுதியில் இருந்து இரத்தம் பொது இரத்தச் சுற்றோட்டத்துக்கு திருப்பிவிடப்படும், இறுக்கம் தளரும்.

நாட்பட்ட மூட்டுவலி, கழுத்துவலியால் அவதிப்படும் பெண்களை பரிசோதித்த பெவர்லி விப்பிள் என்கிற மருத்துவப் பேராசிரியர் இப்படிக் குறிப்பிடுகிறார், 'அவர்கள் உடலுறவின்போது உச்சகட்ட உணர்வை அனுபவித்ததில்லை' என்று.

மூட்டுவலி பாதிப்புகளில் உடலுறவு நல்ல குணமளிப்பதாக மருத்துவர்கள் தெரிவிக்கிறார்கள். உடல், மனம் சார்ந்த வேதனைகளில் உடலுறவு நிவாரணம் வழங்குவதோடு, நல்ல உறக்கத்தையும் தரும்.

மணவாழ்வில் பால்சார்ந்த நிறைவு பெற்றவர்கள் குறைந்த அளவே கவலை, வன்முறை, பகைமை உணர்வுகளால் பாதிக்கப் பட்டதாக பாலுறவுத் திறன் பற்றிய அமெரிக்க ஆராய்ச்சியொன்றில் தெரிய வந்தது.

பால்சார்ந்த மன நிறைவு உங்கள் வாழ்வை முழுமைப்படுத்தும்.

15

உங்கள் எல்லைகளை உணர்ந்தவராயிருங்கள்

சாலையில் வாகனங்கள் போகின்றன. முன்னும் பின்னுமாய், எதிரும் புதிருமாய் அவை போய்க் கொண்டிருக்கும். வாகனங்களுக்கிடையே போதிய இடைவெளி இருந்தால் விபத்து நேராமல் தடுத்துக் கொள்ள முடியும்.

இளம் பெண்கள் - கல்லூரி மாணவியாயினும் அலுவலகப் பணியாளர்களாயினும், எதிர்பாலினத்தவருடன் அப்படியொரு இடைவெளியைப் பராமரிப்பது நல்லது. எச்சரிக்கை குணமுடையவர்கள் நிச்சயம் ஒரு இடை வெளியைப் பராமரிக்கவே செய்வார்கள். விதியைக் கடைப்பிடிப்பதற்கும், விதியை மீறுவதற்கும் இடையில் ஒரு மெல்லிய கோடுதான் இருக்கிறது. உணர்ச்சி வசப்படுகிறவர்களும், சிந்திக்கத் தவறுகிறவர்களும் அந்தக் கோட்டைத் தாண்டிவிடுகிறார்கள்.

புறவுலகில் பல்வேறு காரணங்களுக்காக இரு பாலரும் அறிமுகமாகி பழகும்நிலை இயல்பாகவே அமைந்துவிடுகிறது. ஆனால், அந்தப் பழக்கம் பல படிகள் கொண்டது என்பதைப் பெண்கள் உணர வேண்டும்.

தெரிந்தவர், பழக்கமானவர், நெருங்கிய நண்பர் என்பதில் உள்ள வேறுபாட்டைப் புரிந்து வைத்திருப்பது நல்லது.

எது காதல், எது நட்பு என்று தெரியாமல் யாரை எந்த இடத்தில் வைப்பது என்பதில் தெளிவில்லாமல் பெண் சிக்கிக் கொள்கிற அபாயம் இருக்கிறது.

நெருங்கிப் பழகும் ஆணிடம் தன் குடும்ப விஷயங்களை, தன்னுடைய விருப்பு வெறுப்புகளைப் பெண் கொட்டித் தீர்த்து விடுவாள். தனக்குள்ள பிரச்சனைகளையும் அவனிடம் அவள் சொல்லத் தவறுவதில்லை.

அந்த நபர் ஒரு கட்டத்தில் தான் அறிந்த இரகசியங்களை வைத்து அவளைத் தன் கைப்பாவையாக ஆக்கிக்கொண்டு விடுவான். பணத்துக்குப் பணம், சுகம். மிரட்டியே காரியம் சாதித்துக் கொள்வான். அந்தப் பெண் அவனிடம் இருந்து மீண்டு வெளியில் வருவது சிரமம்.

இதுபோல் ஏமாற்றுகிறவர்களும், ஏமாறுகிறவர்களும் எங்கோ இல்லை. அவர்கள் ஒரே கல்லூரியில் படித்துக் கொண்டோ, ஒரே அலுவலகத்தில் வேலை பார்த்துக் கொண்டோ இருப்பவர்கள்தாம்.

திருமதி. கலா மதுரையைச் சேர்ந்தவள். தற்போது மணமாகி, கணவனுடன் சென்னையில் வசிப்பவள்.

ஒருநாள் 'ஷாப்பிங் மால்' ஒன்றில் எதையோ வாங்கிக் கொண்டிருந்தவளை யாரோ பெயர் சொல்லி அழைத்தார்கள்.

'ஹாய், எப்படி இருக்கீங்க, என்னைத் தெரியலையா?' என்றான் அந்த இளைஞன்.

'ஹே ராம், நீ எப்படி இங்கே?' ஆச்சரியமாய் கேட்டாள் அவள். அவளுடன் கூடப் படித்தவன்தான். படிக்கிற காலத்தில் கொஞ்சம் பழகி (காதலைப் பெறுவதற்காக) பின் விலகி (பெறமுடியாத நிலையில்) சென்றவன். தன் பார்வைக்காகத் தவம் கிடந்த பலருள் அவனும் ஒருவன் என்ற பெருமிதம் அவளுக்கு.

நான்காண்டுகளுக்குப் பிறகு பார்க்கிறார்கள். நிறையப் பேசணும் போலிருந்தது அவளுக்கு. அவன், 'வாயேன், உட்கார்ந்து பேசுவோம்' என்று ஐஸ்கிரீம் பார்லருக்கு அழைத்துப் போனான்.

'இங்கே ஆட்டோ ஸ்பேர் பார்ட்ஸ் தயாரிக்கிற கம்பெனியில் வேலை. ரெண்டு வருஷமாச்சு இங்கே வந்து. ஆனா இப்பத்தான் உன்னைப் பார்க்கறேன். யூ லுக் ஸோ லவ்லி! கொஞ்சமும் மாறலை' வியந்தான்.

அவளுக்கு உச்சி குளிர்ந்தது.

சி.எஸ். தேவநாதன்

‘ராம், ஒரு சண்டேல வீட்டுக்கு வாயேன்’ என்றாள்.

‘ஓ, ஷ்யூர்’ என்றான்.

‘வா, என்னோட ‘ஹப்பி’யும் (Hubby) வீக் எண்ட்ல வீட்டிலிருப்பார்’ முகவரி தந்தாள். அவனோ, சற்றும் எதிர்பாராத ஒரு வேலை நாளில் அவளது வீட்டு வாசலில் வந்து நின்றான்.

அவள் திடுக்கிட்டுப் போனாள்.

‘என்ன கலா, வந்தவனை வான்னு கூட சொல்ல மாட்டியா?’ அவன் கேட்டபடி உள்ளே நுழைந்தான்.

‘சாரி, நீ போன் பண்ணிட்டு வந்திருக்கலாம்’ என்றவள், ஃப்ரிட்ஜைத் திறந்து அவனுக்கு குடிக்கக் கொண்டு வந்தாள்.

‘ம்... அப்புறம் நீ மட்டும்தான் இருக்கயா?’

‘ஆமா, ஒரு பெண் குழந்தை. ப்ரி-கேஜில சேர்த்திருக்கோம்’

அவன் பார்வையால் அவளை மேய்ந்து கொண்டிருந்தான். அவனுடைய பார்வையில் தெரிந்த ஏதோ ஒன்று அவளுக்கு அச்சத்தைக் கொடுத்தது. நாம பழைய நினைப்பில் பேசி, முகவரி கொடுத்தது தவறோ என்று பட்டது.

‘அடடே, தேளு’ என்று கத்தியபடி, அவளை அவசரமாய் தன் பக்கம் இழுத்தான். அவன் இழுத்த வேகத்தில் அவள் நிலைகுலைந்தாள். அவளைப் பற்றியணைத்துக்கொள்ள முனைந்தான். அவள் சரேலென்று விலகி, ‘பளிச்’சென்று கன்னத்தில் அறைந்தாள்.

‘கலா, என்னைத் தப்பா நெனைக்காதே. உன் முதுகுக்குப் பின்னாடி சுவற்றில் தேளைப் பார்த்தேன்’ என்றான் அவன்.

அவள் திரும்பிப் பார்த்தாள்.

அங்கே எந்தத் தேளும் இருக்கவில்லை.

‘கெட் லாஸ்ட்’ என்று கத்தினாள்.

அந்தச் சத்தத்தில் அக்கம்பக்கத்து ஃப்ளாட்காரர்கள் யாரும் வந்துவிடக்கூடும்.

‘நான் போகிறேன். ஆனால் மறுபடியும் வருவேன். உன்னை அடையாமல் விட மாட்டேன்’ அவன் கறுவியபடி வெளியேறினான்.

அவன் தொட்ட இடம் தீப்பற்றியதுபோல் இருந்தது அவளுக்கு. தன்னுடைய முட்டாள்தனத்தை எண்ணி அழுது தீர்த்தாள்.

விஷயம் அத்தோடு முடிந்துவிடவில்லை. ஒருமாதம் ஓடியபின் -

அன்று ஞாயிற்றுக்கிழமை. அவளுடைய கணவன் சுரேஷ், 'கலா இன்னைக்கு 'லஞ்ச்'சுக்கு ஒரு நண்பர் வரார். சாப்பாடு கொஞ்சம் ஸ்பெஷலா இருக்கட்டும்' என்றான்.

அவள் யார், என்ன என்று கேட்கவில்லை. எப்பவாவது யாராவது ஒரு நண்பரை அவன் சாப்பிட அழைப்பதுண்டு.

அவள் மிகவும் அக்கறையோடு பல அயிட்டங்களைத் தயார் செய்து வைத்தாள்.

'காலிங் பெல்' ஒலித்தது.

'ஓ! அவர் வந்தாச்சு' என்றபடி கதவைத் திறந்தான் சுரேஷ்.

அவள் திரும்பிப் பார்த்தாள். அங்கே நின்றிருந்தவன் ராம்!

'இவர் ராம், எங்க கம்பெனிக்கு ஆக்ஸஸரீஸ் சப்ளை பண்ற கம்பெனி மேனேஜர்... இவ என் மனைவி கலா...'

ராம் முதல்முறையாகப் பார்ப்பவன்போல் ரொம்பவும் பவ்யமாக வணக்கம் தெரிவித்தான்.

அவள் படபடப்பை அடக்கமுடியாமல் தடுமாறினாள்.

சாப்பிடும்போது ஒவ்வொரு 'டிஷ்'ஷையும் ரசித்துச் சாப்பிட்டு, 'நல்லாருக்கு மேடம்' என்று பாராட்டினான்.

சுரேஷுடன் கொஞ்சநேரம் பேசிக்கொண்டிருந்தான்.

இவள் பேச்சில் கலந்துகொள்ளாமல், ஏதோ காரியமாய் இருப்பதுபோல் சமையல் உள்ளிலேயே நின்றாள்.

'ஓ.கே. சுரேஷ் புறப்படறேன்' என்று எழுந்த ராம், 'மேடத்திடம் சொல்லிக்கிறேன்' என்றபடி கிச்சன் வாசலுக்குள் எட்டிப்பார்த்து கண்சிமிட்டினான், விஷமமாய் சிரித்தான். போய்விட்டான்.

அவளுக்கு சர்வாங்கமும் நடுங்கியது.

அவன் முதன்முறையாக வந்தபோது சொன்னது இன்னமும் அவள் காதில் ஒலித்துக் கொண்டிருந்தது. கணவனின் நண்பன்போல் இப்போது உள்ளே நுழைந்திருக்கிறான். அவனது நோக்கம் அவளுக்குப் புரிந்தது.

'நான் அவனுடன் காலேஜில் படித்ததை இவரிடம் சொல்லி யிருப்பானோ. இவருடன் நட்பு பாராட்டுகிற சாக்கில் இங்கே அடிக்கடி வந்து...' அவளுக்குத் தலையைச் சுற்றியது. தடாலென்று கீழே விழுந்தாள்.

பதறிப்போன சுரேஷ் அவளைத் தாங்கினான். முகத்தில் தண்ணீர் தெளித்தான். அவள் கண் திறந்தாள்.

'கலா! உடம்புக்கென்ன, டாக்டர்கிட்ட போலாமா?'

'அதெல்லாம் வேணாம். சும்மா மயக்கம்' என்றவள், அவன் மார்பில் சாய்ந்து, தேம்பியழுதாள்.

'சொல்லும்மா. என்ன, ஏன்?' பதறினான் அவன்.

'இந்த ராம் என்னோடு காலேஜில் படிச்சவன். இவன் நல்லவனில்லை...' என்று தொடங்கி தன்மீது ஆசைகொண்டு அவன் தன்னைச் சுற்றிவந்தது வரை கணவனிடம் தெரிவித்தாள். (அவன் முன்பு வீட்டுக்கு வந்ததைச் சொல்லவில்லை). 'எனக்குப் பயமாயிருக்கு' என்றாள் இன்னமும் அழுகையை நிறுத்தாமல்.

'ஓ! அப்படியா. இனிமே அவனை எங்கே வைக்கணும்னு எனக்குத் தெரியும்' என்றான் சுரேஷ்.

அவளுக்கு அப்பாடா என்றிருந்தது. இனி, ராமைப்பற்றி அவள் பயப்பட மாட்டாள்.

'என்ன கதையா?' என்று கேட்காதீர்கள்.... நிஜத்தில் சிலருடைய வாழ்க்கையில் இப்படி நடந்து கொண்டுதானிருக்கிறது.

பெண்கள் திருமணமாவதற்கு முன் ஆண் நண்பர்களுடன் பழகியிருக்கலாம். ஆனால் அந்த நட்பை திருமணத்துக்குப் பிறகும் தொடர நினைத்தால்... என்றாவது ஒருநாள் அது விபரீதத்தில் முடியக்கூடும். கணவன் எத்தனை நல்லவனாயிருந்தாலும் சந்தேகம் அவனுள் விதையாய் விழுந்து, விருட்சமாகி... அதுவரை இருந்த நிம்மதியும், மகிழ்ச்சியும் நிலைக்குமா, வாழ்க்கையுந்தான்.

நாம் பார்க்கிற ஒவ்வொருவருக்கும் இன்னொரு முகம் இருக்கவே செய்யும்.

ஒருநாளில் பலமணி நேரம் எதிர் பாலினருடன் பணியாற்றும் பெண்கள், எத்தகைய சங்கடங்களை எதிர்கொள்கிறார்கள் என்பதை அவர்களே அறிவார்கள். அது அவர்களுடைய மணவாழ்க்கையில் பிரச்சனைகளை ஏற்படுத்துமளவிற்கும் இருக்கக்கூடும்.

மணவாழ்க்கையில் இரண்டு நிலைகளைக் கணவனும் மனைவியும் வைத்துக் கொண்டிருப்பார்கள். ஒன்று, தனக்கான இடம் (I Space) தனிநபருக்குள்ள தனிப்பட்ட உரிமை. மற்றது இருவருக்கானது

(We Space). *தம்பதிகள் என்ற முறையில் இருவரின் உரிமை. ஒருவருடைய உரிமையில் இன்னொருவர் தலையிடக்கூடாது என்பது எழுதப்படாத ஒப்பந்தமாகவே இருக்கும் அவர்களுக்குள்.*

இந்தச் சுதந்திரம்தான் சில மணமான பெண்களைச் சிக்கலில் மாட்டி வைக்கிறது. தங்கள் சுதந்திரத்தை எந்த அளவு, எப்படிப் பயன்படுத்துவது என்று தெரியாமல் போவதால் பிரச்சனை.

இணைய வலையில் பழைய நண்பர்களைக் கண்டுபிடிப்பதும், புதிய நண்பர்களைத் தேடிக் கொள்வதும் நவீனப் போக்கு. ஃபேஸ்புக், ட்விட்டர் என்று சமூக வலைத்தளங்களில் ஏராளமான இளைஞர்கள் மூழ்கிக் கிடக்கிறார்கள். இந்தத் தளங்களின்மூலம் உடன்படித்த, பணியாற்றிய சிநேகிதர்களைத் தேடிப் பிடிக்கிறார்கள். புகைப்படங்களை தகவல்களை அவர்கள் பரிமாறிக் கொள்கிறார்கள். பிறகு, தொலைபேசித் தொடர்பு நேரிலும் என்றாகி விடுகிறது. முதலில் பொது விஷயங்களைப் பேசிக் கொண்டவர்கள் பின்பு அந்தரங்கத் தகவல்களையும் வெளிப்படுத்தி விடுகிறார்கள்.

இந்த வலைத்தள மோகம் போகப்போக குடும்ப உறவுகளையே மறந்து, இணைய நட்புகளில் மூழ்கி தன்னையிழக்குமளவிற்கும் போய்விடுவதுண்டு.

மணமான பெண்களில் சிலர் தங்கள் கணவருக்குத் தெரியாமல் முகநூலில் (Facebook) இணைகிறார்கள். அவர்கள் போடும் பதிவுகளுக்கு ஆயிரத்துக்குமேல் 'லைக்'குகள் குவியும். அவர்கள் பெருமித உணர்வுடன் தங்கள் படங்களையும் பப்ளிக் பதிவுகளில் 'அப்லோட்' (Upload) செய்துவிட 'கமெண்ட்'கள் அதிகம் வரத்தொடங்கும். கணவன் விஷயம் தெரிந்து, 'இதெல்லாம் எப்படி? உனக்கு இத்தனை நண்பர்களா? எத்தனை பேரிடம் பேசிட்டிருக்கே?' என்று துளைத் தெடுப்பார். சமயத்தில் விவாகரத்து வரை போய்விடும்.

பெண், தனக்குக் கிடைத்த சுதந்திரத்தை முறையாகப் பயன்படுத்தாவிட்டால், அவளுடைய வாழ்க்கையே கேள்விக்குறியாகி விடும்.

16

இந்த நாள் அன்றுபோல்...

‘எனக்கு வீட்டுக்கு வரவே பிடிக்கலை’ என்று கூறுகிற கணவன்,

‘என்ன வாழ்க்கையிது?’ என்று புலம்புகிற மனைவி - இவர்கள் இருவருமே ‘இனி வாழ்க்கை முழுவதும் வசந்தமே’ என்று கனவுகளில் கற்பனைகளில் மூழ்கி யிருந்தவர்கள்தாம். ஆனால், மணமான ஓரிரு ஆண்டுக ளிலேயே அவர்கள் சலிப்படைய நேர்கிறது.

காரணம் என்ன?

காரணங்கள் ஒன்றல்ல, நூறு.

என்னதான் பெண் பொருளாதார சுதந்திரம் பெற்றுவிட்டாள், சொந்தக்காலில் நிற்கிறாள் என்று சொல்லிக் கொண்டாலும் நடைமுறையில் ஆணாதிக்கம் ‘ஆக்டோபஸாக (Octopus) அவளைத் தனது பிடியில் சிறைப்படுத்தி வைத்திருக்கிறது. அவள் கணவனின் அனுமதி இல்லாமலோ, தன்னுடைய சுயவிருப்பத்தின் பேரிலோ எதையும் செய்யமுடியாத நிலையில் இருக்கிறாள்.

மணமான பெண் தேக, மனோரீதியாகப் பல பிரச்சனைகளைச் சந்திக்க வேண்டியிருக்கிறது. மனைவி தாய் என்கிற பொறுப்புகள் அவளுக்குத் திருப்தியை அளித்தாலும், தன்மீது சுமத்தப்படும் அதிக பொறுப்பு களால் அவள் ஏமாற்றத்துக்குள்ளாகிறாள். அலுவலகத்தில்

நாள்முழுதும் உழைத்துவிட்டு, வீட்டுக் காரியங்களையும் அவளே செய்ய வேண்டிய நிலையில் அவளால் எப்படி மகிழ்ச்சியாக இருக்கமுடியும்?

பெண் தன்னுடைய ஆற்றலையோ, மகிழ்ச்சியையோ முழுமையாய் வெளிப்படுத்திக்கொள்ள முடியாத நிலைதான் இன்றும் பல வீடுகளில் உள்ளது.

எதிர்பார்ப்பும், ஏமாற்றமும்

இன்றுபோல் நாளையும் எல்லா நாட்களும் இருந்துவிடாதா என்றுதான் மணவாழ்வில் இணைகின்ற ஆணும் பெண்ணும் எதிர்நோக்கியிருப்பார்கள். ஆனால், அவர்கள் எதிர்பார்த்ததைப்போன்று வாழ்க்கை அமையாதபோது அவர்களுக்கு ஏமாற்றமே மிஞ்சுகிறது.

தங்களுக்குள் பொதுவான ரசனைகளையும், சமமான தகுதி களையும் பெற்றிராவிடில், தம்பதிகளுக்கு (ஒருவர்மீது மற்றவருக்கு) ஆர்வக்குறைவு ஏற்படுகிறது.

'நீங்கள் எதைக் கொடுக்கிறீர்களோ
அதுதான் உங்களுக்குக் கிடைக்கும்
உங்கள் செயலுக்கேற்ற விளைவையே
வாழ்க்கை உங்களுக்கு வழங்கும்'

இது புறவுலகில் மட்டுமல்ல அகவுலகிலும் செயற்படுகிற நியதி.

ஒருவருடைய பழக்கவழக்கங்களை அனுசரித்துப் போக வேண்டும். இல்லாவிடில் பிரச்சனைதான். கணவனும் மனைவியும் பல காரியங்களில் இணைந்தே செயல்பட வேண்டியிருக்கும். பொதுவான கருத்து ஒற்றுமை அல்லது உடன்பாடு முக்கியம். இப்படிச் சொல்லலாம், ஒரு ஏற்புத்தன்மையை தம்பதிகள் உருவாக்கிக் கொள்ள வேண்டும்.

ரசனைகள் பற்றிக் குறிப்பிட்டோம் அல்லவா. கணவனுக்கு இந்துஸ்தானி இசை பிடிக்கும் என்றால், மனைவிக்கு மேற்கத்திய இசைதான் பிடிக்கும். கணவனுக்கு படகுச்சவாரி பிடிக்கும் என்றால் மனைவிக்கு கடற்கரை மணலில் கால்புதைய நடப்பதில் விருப்பம் இருக்கும். இப்படித்தான் இவர்கள் ஒன்றாக இருந்தாலும் வேறுபடு கிறார்கள். இந்த ரசனை வேறுபாடு வரை எல்லாம் சரிதான். ஆனால் தனக்குப் பிடித்ததையே தன் வாழ்க்கைத் துணையும் விரும்பவேண்டும் என்று ஒருவர் மற்றவரை நிர்ப்பந்திக்கிறபோதுதான் பிரச்சனை.

'நீ உனக்கு விருப்பமானதைச் செய், நான் எனக்குப் பிடித்ததைச் செய்கிறேன்' என்று இருவரும் ஒரு உடன்பாட்டுக்கு வந்துவிட்டால் பிரச்சனை இல்லை.

மண வாழ்க்கையில் நூறு சதவீதம் ஒத்துப்போவது முடியாத காரியம். அவரவருக்கென்று ஒரு பார்வை இருக்கும். கணவன் மனைவி இருவரும் 80 சதவீதம் இணைந்து செயல்பட்டாலும் 20 சதவீதமாவது தங்கள் விருப்பப்படி சுயேச்சையாகச் செயல்படவும் வேண்டியிருக்கும். ஒருவருடைய சுதந்திரத்தை மற்றவர் அங்கீகரித்துக்கொள்ள வேண்டும். ஒரு நாளில் சில மணி நேரமாவது அவர்கள் தனித்து இயங்குவதும், தனிமையில் இருப்பதும் நல்லது. அது உறவின் நெருக்கத்தை அதிகரிப்பதோடு அவர்களுடைய சுய வளர்ச்சிக்கும் வகை செய்யும்.

அந்தக் காதல் போனது எங்கே?

சேவியர் - ஏஞ்சலினா தம்பதியர் காதலித்துத் திருமணம் செய்துகொண்டவர்கள். ஏஞ்சலினா தன் கணவனின் ஒவ்வொரு விருப்பத்தையும் (மிகச் சிறியதாயினும்) நிறைவேற்றுவதைத் தன் முதற்கடமையாகக் கொண்டிருந்தாள். அவனுடைய திருப்தியை மகிழ்ச்சியை தன்னுடைய திருப்தியாய் மகிழ்ச்சியாய் அவள் கருதிக் கொண்டாள். போகப்போகத்தான் அவனுடைய சுயநலம் அவளுக்குப் புரியவந்தது. அதைக்கூட சகித்துக் கொள்வாள். அவள் செய்கிற எல்லாவற்றிலுமே அவன் குற்றம் கண்டுபிடிப்பதைத்தான் அவளால் தாங்கிக்கொள்ள முடியவில்லை.

'அந்தக் காதல் இப்போ எங்கே போச்சு?' என்று தனக்குள் அவள் கேட்டுக் கொள்வாள். அதற்கு விடைகாண முடியாமலே மிச்ச வாழ்க்கையும் கழிந்துவிடக் கூடும்.

நான் அடிச்சா தாங்கமாட்டே

புதிதாய் கல்யாணமான ஒருவன், வீட்டுக்கு வரும்போ தெல்லாம் கோபாவேசமாக வந்தான். தன்னிடம் கொஞ்சிப் பேசுவான் என்று எண்ணியிருந்த மனைவியிடம் காரணமில்லாமலே எரிந்து விழுந்தான். சமயத்தில் அவள்மீது கைநீட்டவும், கையில் கிடைத்த பொருள்களை வீசியடிக்கவும் செய்தான். 'இவருக்கு என்ன ஆயிற்று?' என்று அவள் விழித்தாள். கணவன் நிதி நிறுவனம் ஒன்றில் ஏரியா சூப்பர்வைசர். நிர்வாகம் விதித்த குறியீட்டெல்லைகளை எட்டமுடியாமல் திண்டாடினான். ஏரியா மேனேஜரிடம் தினமும்

வாங்கிக் கட்டிக்கொள்ள வேண்டியிருந்தது. அங்கே வாங்கிக் கட்டிக்கொண்டதை பெண்டாட்டியிடம் அவன் திருப்பிவிட்டுக் கொண்டிருந்ததுதான் காரணம்.

வெளியுலகில் ஏமாறுகிறவர்களும், தோற்பவர்களும், தங்கள் உழைப்பு சுரண்டப்படுவதைத் தடுக்க முடியாதவர்களும் தங்களுடைய பெண்டாட்டி, பிள்ளைகள் மீதுதான் சீறிப்பாய வேண்டியிருக்கிறது. அவர்களுடைய இயலாமையைப் புரிந்துகொள்ள முடியாத மனைவி தன் பங்குக்கு எரிமலையாய் பொங்கித் தீர்த்து விடுவாள்.

சில வீடுகளில் கணவனுக்குப் பாடம் கற்பிக்க விரும்பும் மனைவி, அவனைப்போல் வன்முறையில் இறங்காமல் சாத்வீக எதிர்ப்பு முறையைக் கையாளுவாள்.

மிஸ்டர் எக்ஸ் வெளிப்படையாகத் தாக்கினால், அவருடைய மனைவி மறைமுகத் தாக்குதலில் இறங்குவாள். உப்புசப்பில்லாத சாம்பார், நாக்கே அறுந்து விழுகிற மாதிரி காரச்சட்னி, தீய்ந்த தோசை என்று பரிமாறுவாள். அவருக்குப் பிடித்தமான சென்ட், சிகரெட் லைட்டர் போன்ற பொருட்களை ஒளித்து வைத்துவிட்டு அவரை டென்ஷனுக்குள்ளாக்கி ரசிப்பாள்.

சில வீடுகளில் மனிதர்கள் முகத்தில் சிரிப்பே இருக்காது. அங்கே நகைச்சுவை உணர்வு சிறிதும் காணப்படாது.

சில வீடுகளில் உறவினர்களுக்கும், நண்பர்களுக்கும் மதிப்பு கொடுக்கிற கணவன் அதில் பத்து சதவீத மதிப்பைக்கூட மனைவிக்குக் கொடுக்க மாட்டான்.

பெரும்பாலான வீடுகளில் தங்கள் வாழ்க்கைத் துணையின் உணர்வுகளைப் புரிந்துகொள்ளாத நிலையே காணப்படுகிறது.

'இவருக்கு என்மீது உண்மையான நேசம் இருந்திருந்தால் நான் வாங்கிட்டு வரச் சொன்னதை மறந்திருக்க மாட்டார்' என்று மனைவியும், 'அவளுக்கு எம்மேல பிரியம் இருந்திருந்தா எனக்கு எது பிடிக்கும்னு தெரியாம போகுமா?' என்கிற கணவனும் தங்கள் மணவாழ்க்கையை விபத்துக்குள்ளாக்கி விடுகிறார்கள். அவர்களிடையே புரிந்துணர்வு (Understanding) இருந்துவிட்டால் பிரச்சனை தலைதூக்காது.

துரோகம் செய்யத் துணிதல்

அழகான மணவாழ்க்கை அலங்கோலமாகிவிட இருவருமே (கணவன், மனைவி) அல்லது இருவரில் ஒருவரோ காரணமா யிருக்கக்கூடும்.

சி.எஸ். தேவநாதன்

மனைவி பிரசவத்துக்குப் பிறந்தகம் சென்றிருப்பாள். கணவன் அக்கம்பக்கத்திலோ, அலுவலகப் பெண்களில் யாரிடமோ மனதை அலையவிடுவான். தன் மனைவியைவிட அழகான பெண்ணைச் சந்திக்கிறபோது, மனைவியைவிட அதிகம் படித்த மற்றொரு பெண் தன்னைக் கவர்கிறபோது அவர்களுடன் பழகும் வாய்ப்புக்களை அவன் முயன்று அடைவான். நாளடைவில் அந்தப் பழக்கத்தை நீட்டித்துக் கொள்வான். தான் மனைவிக்குச் செய்கிற துரோகத்தை அவனுடைய மனம் ஒப்புக்கொள்ளாது. தன்னளவில் அதைச் சரியென்றே அவன் நியாயப்படுத்திக் கொள்வான்.

குடிகாரக் கணவன் தன்னை அடித்து உதைத்து கொடுமைப் படுத்தும் நிலையில் அவனைப் பழிவாங்கத் துடிப்பாள் மனைவி. சமயத்தில் அவள் பழிவாங்கத் தேர்ந்தெடுக்கும் வழிமுறை விபரீதமாக இருக்கும்.

மணவாழ்வின் சீர்குலைவுக்கு முக்கியக் காரணம் கணவன் மனைவியிடமோ, மனைவி கணவனிடமோ உண்மையாக நடந்து கொள்ளாததுதான்.

அறிவுத் தெளிவுடன், நிதானமாக ஒரு முடிவுக்கு வராமல், அவசரப்பட்டு தீர்ப்பு செய்கிறவர்கள் தண்டிப்பது எதிராளியை மட்டுமல்ல. தங்களையும் அவர்கள் தண்டித்துக்கொண்டு விடுகிறார்கள். தங்கள் புனிதத்தை நிறுவும் முயற்சியாக, எதிராளிமீது புழுதிவாரி இறைக்கிறவர்கள் புரிந்துகொள்ள வேண்டும், அந்தப் புழுதி தங்கள்மீதும் படியும் என்பதை. அப்போது பழுதான உறவு மேலும் பழுதாகி விடும்.

விவாகரத்து தவிர்க்கமுடியாத நிலையிலும், சில பெண்கள் தாம்பத்தியத்தில் இருந்து வெளியேவரத் தயங்குவார்கள். அதற்குக் காரணம் வெளியுலகில் தங்களுக்குப் பாதுகாப்பிருக்காது, தங்கள் பிள்ளைகளின் எதிர்காலம் கேள்விக்குறியாகி விடக்கூடாது என்பதுதான். அவர்கள் ஒன்றைப் புரிந்துகொள்ள வேண்டும். தனக்குத் துரோகம் புரிந்த கணவனை சகித்துக் கொள்வது அவனை ஊக்குவிக்கிற காரியமாகிவிடும் என்பதை.

ஆணாகட்டும், பெண்ணாகட்டும் அவரவர் வாழ்க்கை அவரவர் கையில்தான். அதைத் தீர்மானிப்பது இன்னொருவரல்ல என்பதும் கருத்தில் கொள்ளப்பட வேண்டும்.

தங்கள் வீட்டுக் காரில் பெண்களின் கைப்பை ஒன்று கிடப்பதைக் கண்டாள் திருமதி. கே. அதைச் சோதனையிட்டாள். அதில் இருந்த

மற்ற பொருட்களைவிட மருந்துச்சீட்டு ஒன்று அவளுடைய கவனத்தைக் கவர்ந்தது. அது கர்ப்பத்தடை மாத்திரைகளுக்கானது. அந்தச் சீட்டில் அதற்குரிய நபரின் பெயரும் காணப்பட்டது.

'யார் அவள்?' அந்தக் கைப்பையை தனது கையில் சுழற்றியபடி கணவனிடம் கேட்டாள் அவள்.

தன்னைக் கூர்ந்து நோக்கியபடி, அதட்டலாகக் கேட்ட மனைவியிடம் எதையும் மறைக்கமுடியாத கணவன் எல்லாவற்றையும் கொட்டிவிட்டான்.

தவறு கண்டுபிடிக்கப்படுகிறபோது ஒப்புக்கொண்டு விடுவதுதான் நேர்மை. மறுக்க முயல்பவர் அந்தக் கள்ளத்தொடர்பை மேலும் தொடரவே செய்வார். துரோகம் செய்கிற கணவன் தன்னுடைய செய்கையை நியாயப்படுத்த முயலக்கூடாது. மனைவியிடம் சரணடைவதைத்தவிர அவனுக்கு வேறு வழியில்லை. அவளுடைய நம்பிக்கையை மீண்டும் அவனால் பெற முடிந்தால்தான் அவர்களது மணவாழ்க்கை நீடிக்கும்.

மனைவிக்கு மாற்றாக ஏற்படுத்திக் கொள்கிற எந்த உறவும் ஒரு பிரச்சனைக்குத் தீர்வாகாது. மாறாக அதுவே இன்னொரு பிரச்சனை யாகிவிடும்.

அமெரிக்க பாலியல் நிபுணர் ஜுடித் சீஃபர் இப்படிக் குறிப்பிடு கிறார், 'நீங்கள் வாழ்க்கையின் சூழ்நிலையை மாற்றப் பாருங்கள், உங்கள் வாழ்க்கைத் துணையை மாற்றிக் கொண்டிருக்காதீர்கள்' என்று.

தங்கள் வாழ்க்கைத் துணையிடம் உண்மைப் பற்றுடன் (Loyalty) இருப்பவர் -

இல்லாத தகுதிகளைத் தேடவோ, இருக்கிற குறைகளைப் பெரிதுபடுத்தவோ மாட்டார்கள்.

போராடிப் பெறுவதே வாழ்வின் உன்னதம்

சரியான நபரைத் தேர்வு செய்து கொண்டுவிட்டால் வாழ்க்கையின் மகிழ்ச்சி கெடாது. தவறான நபரை மணந்து கொண்டுவிட்டால் வாழ்க்கையில் நிம்மதி இருக்காது. இந்த உண்மை ஆண் பெண் இருபாலருக்குமே பொருந்தக்கூடியது.

காதலித்துக் கல்யாணம் செய்துகொள்கிற ஆணும் பெண்ணும் தங்கள் கல்யாணத்துக்கு முன்பே கண்டுகொள்ளத் தவறிய சில

குறைகளை, காலம் கடந்தே ஒவ்வொன்றாகக் காண நேரிடுகிறது. இவர்கள் காதலிக்கிறபோது எதிராளியின் மனதில் இடம் பிடிக்க எதையும் செய்வார்கள். தங்களிடம் உள்ள பலவீனங்களை மறைத்து பலங்களை மட்டுமே வெளிக்காட்டுவார்கள். தாங்கள் காதலிக்கிற நபரின் மைனஸ் பாயிண்ட்களை இவர்கள் கண்டறிய முற்படுவதில்லை. காரணம் -

'காதல் என்கிற ஈர்ப்புசக்தி
வேறெதையும் கண்டுகொள்ள விடாது'

ஆனால், மணவாழ்வில் ஈடுபடும்போது அவரவரின் உண்மையான சொரூபம் ஒருநாள் வெளிப்பட்டுவிடும். அந்நிலையில், அதுவரை தாங்கள் கண்டிராத இன்னொரு பக்கத்தை எதிர்கொள்கிற மனப் பக்குவம் அவர்களிடம் இருக்காது.

இது காதல் திருமணத்தில் உள்ள சங்கடமென்றால், பெரியவர் களாகப் பார்த்து ஏற்பாடு செய்கிற திருமணத்திலும் (Arragnged Marriage) இத்தகைய சங்கடம் விளையக்கூடும்.

மணமான ஆணும் பெண்ணும் முதலிரவில்தான் ஒருவரை யொருவர் புரிந்துகொள்ளத் தொடங்குகிறார்கள். அந்தப் புரிதல் படிப்படியாக வளர்ந்து முழுமையடையும். முதல் சந்திப்பிலேயே வெறுப்பும், ஏமாற்றமும் ஏற்பட்டு விட்டால் வாழ்க்கை நெடுகிலும் எதிர்மறை உணர்வுகளே மனதில் இடம்பெறும். முதல் இரவில் கணவன், 'திருப்திப்படுத்துவதாக எண்ணிக்கொண்டு பெண்ணிடம் முரட்டுத்தனமாக நடந்துகொள்ளக் கூடாது. மனைவியான பெண்ணும் மரக்கட்டைபோல் - உணர்ச்சியற்ற ஜடமாய் இருந்துவிடக் கூடாது.

'முதற்கோணல் முற்றும் கோணல்' என்பதையும், 'முதலில் உருவாகிற கருத்து முக்கியத்துவம் பெற்றுவிடும்' என்பதையும் அவர்கள் மறந்துவிடக் கூடாது.

'வாழ்க்கை ஓவியத்துக்கு இவர்கள்
வண்ணம் பூசினால் போதுமா, அதை
உயிரோட்டமுடையதாய் வைத்திருக்க வேண்டும்'

மணவாழ்க்கை என்பது ஒரு வினோதக் கலவை. அதில் மகிழ்ச்சியும் வருத்தமும், வெற்றியும் தோல்வியும், வேதனையும் ஏமாற்றமும் கலந்தே இருக்கும்.

'எதிர்பார்த்தது நடக்காமல் போகும்,
எதிர்பாராதது நடந்தும் விடும்'

எதையும் எதிர்கொள்கிற மனோபாவத்துடன் வாழ்க்கையை அணுகவேண்டும். மணவாழ்வின் வெற்றிக்கு முதற்படி கணவனின் உணர்வுகளை மனைவியும், மனைவியின் உணர்வுகளை கணவனும் மதித்து நடப்பதுதான்.

இந்த வாழ்க்கை ஒரு போராட்டம். நல்ல கல்விக்காக, நல்ல வேலைக்காக, நல்ல வாழ்க்கைத் துணைக்காக என்று ஒவ்வொரு கட்டத்திலும் போராட வேண்டியிருக்கும். எப்போதும் இருக்கிறது தொழில் தொடர்பான பிரச்சனைகள், குடும்பம் தொடர்பான கவலைகள், குழந்தைகளை வளர்த்து ஆளாக்கும் பொறுப்புகள் என்று. அத்தனையும் சலிப்புறச் செய்கிறவைதாம். ஆனால், அவற்றை விட்டு விலகுவதற்கில்லை, தொடர்ந்து போராடிக் கடப்பதே வாழ்வின் வெற்றி.

இன்னல்களை, இடையூறுகளை, இழப்புகளை மீறியே வாழ்வின் உன்னதங்களை நாம் கண்டடைகிறோம்.

குடும்பத்தில் ஆணைவிட பெண்ணுக்கு பொறுப்புகள் அதிகம். அவள் கணவனின் கோபதாபங்களைப் புரிந்து, குழந்தைகளின் பிடிவாதங்களைச் சமாளித்து, (கூட்டுக் குடும்பமாயின்) குழப்பங்களை தனியொருத்தியாய் துணிவுடன் கையாளும்படி இருக்கும். சூழ்நிலைகளோடு பொருந்துவது, எதிர்த்து நிற்பது, வளைந்து கொடுப்பது என்று அவள் நெளிவு சுளிவாய் நடந்துகொள்ள வேண்டும்.

புதிதாய் குடும்ப வாழ்க்கையில் பிரவேசிக்கிற பெண், போதிய திறமையும் சாதுர்யமும் பெற்றிருந்தால்தான் புகுந்தவீட்டில் பேர் சொல்ல முடியும்.

அன்றுபோலவே இன்றும்

பெண் தனது மணவாழ்க்கையில் மகிழ்ச்சியடைவதும், சுகப்படுவதும் எப்போது? அவளுடைய கணவன் அவளது விருப்பங்களையும், மனோபாவங்களையும் புரிந்துகொண்டு இசைவாய் நடந்து கொள்ளும்போது.

அவர்கள் ஒருவருக்கொருவர் இணக்கமாய் இருப்பதோடு பிரதிபலனை எதிர்பாராத - நிபந்தனையற்ற அன்பு செலுத்த வேண்டும்.

இருவரிடையே பகிர்தல் என்பது உடல்சார்ந்த வேட்கையை மட்டுமல்ல, எண்ணங்களையும், உணர்வுகளையும், எதிர்பார்ப்புகளையுந்தான். கணவனிடம் இருந்து மனைவி எதையும் மறைத்து வைக்கக்கூடாது. மனைவிக்குத் தெரியாத இரகசியம் எதுவும் கணவனிடம் இருக்கக்கூடாது.

‘ஒருவரின் தலைவலிக்கு இன்னொருவர் மருந்து பூசிக்கொள்ள முடியாது. ஆனால் ஒருவரின் கவலைக்கு இன்னொருவர் மருந்து தேடமுடியும்’

கணவனும் மனைவியும் ஈருடலும் ஒருயிருமாய் வாழவேண்டும் என்பார்கள். இரு மனமும் ஒரு மனமாய் இருந்துவிட்டால் என்றென்றும் அவர்கள் வாழ்க்கை நறுமணம் மாறாமல், இன்சுவை குன்றாமல் இருக்கும்.

கணவன் மனைவியிடையே நெருக்கத்தை வளர்த்துக் கொண்டால் தான் உறவு நிலைக்கும், அந்த உறவு சுகமளிப்பதாயிருக்கும்.

நெருக்கத்துக்கு எதுவெல்லாம் தடை என்பதை அறிந்து கொண்டால் அவற்றை விலக்குவதும், கடப்பதும் எளிதாயிருக்கும்.

தயக்கம், கூச்சம், ஆதிக்கப்போக்கு, சுயநலம், சண்டைக்குணம், அவநம்பிக்கை, புறக்கணிக்கப்படுகிற உணர்வு, புரிதலின்மை, அச்சம் இவை ஒருவரையொருவர் நெருங்கவொட்டாமல் செய்துவிடும்.

ஆணோ, பெண்ணோ இருவருக்கும் ஒரு வார்த்தை.

நீங்கள் முதலில் உங்களுக்கு உண்மையாயிருங்கள். அப்போதுதான் உங்கள் வாழ்க்கைத் துணைக்கும் உண்மையாய் இருப்பீர்கள்.

நீங்கள் முதலில் உங்களை நேசியுங்கள், அப்போதுதான் உங்கள் மனைவியை (கணவர்) உங்களால் நேசிக்க முடியும்.

உடல் தேவைக்காக மட்டும் தன்னை நாடிவரும் கணவனை, அவன் காட்டும் போலியான பிரியத்தை அவனுடைய மனைவி நன்றாகவே அறிவாள். காரணம் பெண் (ஆணைக் காட்டிலும்) நுட்பமான உணர்வுடையவள்.

மனைவியின் முன்னுரிமை விருப்பத் தேர்வு எது, அவள் எதை மிக விரும்புவாள் என்பது கணவனுக்குத் தெரிந்திருக்க வேண்டும்.

ஒருவரையொருவர் விமர்சிப்பதோ, குற்றம் சுமத்துவதோ கூடாது. கணவன் மனைவி இருவரில் ஒருவர் முரண்பட்டாலும் மற்றவருக்கு அவர்மீது ஈடுபாடு குறைந்துவிடும்.

தன் வாழ்க்கைத் துணை பொறுப்பாக நடந்துகொள்ள வேண்டும் என்று எதிர்பார்க்கிறவர், தன்னளவில் பொறுப்போடு நடக்கவேண்டும்.

கணவனுக்குப் பிடித்த ஒன்று மனைவிக்குப் பிடிக்காது போகலாம், அதில் பங்கேற்பதற்கு அவள் மறுக்கலாம். அவள் புறக்கணிக்கப்பது, 'தன்னுடைய காரியத்தை மட்டுமே தன்னையல்ல' என்பதை அவன் புரிந்துகொள்ள வேண்டும்.

மனமொத்து வாழும் தம்பதிகளுக்கு மணநாளின் மகிழ்ச்சியும், இன்பமும் எந்நாளும் தொடரும் என்று நம்பலாம்.

17

காதல் திருமணம் - வெற்றியா, தோல்வியா?

கல்லூரிக் காலத்தில் ரொம்பப் பேருக்கு காதல் ஒரு பொழுதுபோக்கு. அது கல்யாணம் வரை நீடிக்க வேண்டும் என்று யாரும் கவலைப்படுவதில்லை. காரணம், அது 'Calf Love' இளம்பருவக் காதலை அப்படித்தான் குறிப்பிடுகிறார்கள். அதனை அந்த வயதுக்கே உரிய மயக்கம் (Facination) அல்லது கண்மூடித்தனமான ஆசை (Infatuation) எனலாம்.

'இதுதான் காதல்' என்று எல்லை வரையறுத்து, சொல்லிவிளக்கம் தருவதற்கில்லை.

மனமெங்கும் மகிழ்ச்சிப் பூக்களைப் பூக்கவைக்கிற காதல் 40 சதவீதம் கனவு, 40 சதவீதம் கற்பனை,20 சதவீதம்தான் உண்மைத்தன்மை கொண்டது. மண வாழ்க்கை எண்பது சத மெய்ம்மையும் (Reality) பத்து சத கனவும், பத்து சத கற்பனையும் கொண்டது. (ஆய்வு அல்ல தோராயந்தான்).

துரத்தித் துரத்திக் காதலிக்கத் தெரிந்தவர்களுக்கு அதைத் திருமணம் வரை கொண்டுபோகத் துணிவிருப்ப தில்லை. அவர்கள் நிறையவே பார்த்தார்கள், தொட்டுக் கொண்டார்கள், சுற்றித் திரிந்தார்கள், பேசித் தீர்த்தார்கள்.

ஆனால் ரொம்பப் பேர் ஜெயிக்கத் தெரியாதவர்களாகவும், தோல்வியைத் தாங்கும் திராணியற்றவர்களாகவும் இருக்கிறார்கள்.

தோற்பதற்கு என்ன காரணம்?

காதலிக்கிறபோது, தன் பார்ட்னரிடம்ட உள்ள 'ப்ளஸ் - பாயிண்ட்கள்' கண்ணுக்குத் தெரியும். காதலுக்குத் தெரிந்ததெல்லாம் அழகும் இனிமையுந்தான். காதலித்த ஆணும் பெண்ணும் கல்யாணத்தில் இணைய முடிவது ஒரு சாதனை என்றே சொல்ல வேண்டும். ஆனால், கல்யாணத்துக்குப் பிறகுதான் (முன்பு காணத்தவறிய) விரும்பத்தகாத அம்சங்களும், குறைபாடுகளும் கண்ணுக்குப் புலனாகின்றன.

நாம் ஏமாந்துவிட்டோம் என்கிற உணர்வு ஏற்பட்டதுமே, காதல் கசக்கத் தொடங்குகிறது.

கொஞ்ச காலத்துக்கு முன் ஓடிப்போய் கல்யாணம் செய்துகொண்ட காதலர்கள், கையில் காசு இல்லாமல் நடைமுறை வாழ்க்கையை எதிர்கொள்ள முடியாமல் தடுமாறினார்கள். இன்றைய காதலர்கள் ஓடிப்போய் கல்யாணம் செய்து, எங்காவது வேலை தேடிக் கொள்ளவும் செய்வார்கள். ஆனால் சமுதாய அங்கீகாரம் இல்லாதவரை அவர்களால் எங்குமே வாழமுடியாது.

இவர்கள் பெற்றோர்களை எதிர்த்துக் கொண்டு காதலிக்கிறார்கள், காதலித்தவரை கைப்பிடிக்கவும் செய்கிறார்கள். ஆனால், அவர்களால் வாழ்க்கைப் போராட்டத்தில் எதிர்நீச்சல் போட முடிவதில்லை. அதற்கான துணிவும், மன உறுதியும் அவர்களிடம் இருந்தாலும், உகந்த சூழல் இருப்பதில்லை.

இருவரும், சமுதாயத்தில் ஒரே படிநிலையில் உள்ளவரா என்று பார்த்துக்கொண்டுதான் இன்று காதலிக்க வேண்டியிருக்கிறது.

காதல் திருமணம்

காதலித்த இருவர் மணந்து கொண்டதாய் வைத்துக் கொள்வோம்.

காதலித்து மணந்த பெண் தங்கள் காதலின் சின்னமாய் ஒரு குழந்தையைப் பெற்றுக்கொள்ள விரும்புவாள். ஒரு ஆதாரம் வாழ்க்கையில் வேண்டும் என்ற எண்ணம் அவளுக்கு. அவனுக்கோ அந்தத் திட்டத்தை ஒத்திப்போட வேண்டும். கொஞ்சகாலம் அனுபவித்துக் கொண்டிருப்போமே என்கிற ஆசை அவனுக்கு.

'தான் காதலித்த நபரை அடைந்துவிட்டாலே போதும். அதன் பிறகு எதுவும் தேவையில்லை காதல் உட்பட' அவர்களுக்கு.

சி.எஸ். தேவநாதன்

என்னதான் 'வாழ்ந்து காட்டுவோம்' என்கிற முனைப்புடன் தங்கள் குடும்பங்களைவிட்டு வெளியேறி புதிய குடும்பத்தை அவர்கள் உருவாக்கிக் கொண்டாலும் பெற்றோர் ஆதரவு எத்தனை முக்கியம் என்பதை பிற்பாடு அவர்கள் உணர்வார்கள். வேலையின்மை, வேலையிழப்பு, பண நெருக்கடி, உணர்வுரீதியான மோதல், விபத்து, மகப்பேறு, குழந்தை வளர்ப்பு போன்ற பல நிகழ்வுகள் பெற்றோர் களைச் சார்ந்திருப்பதன் அவசியத்தை அவர்களுக்குப் புரியவைக்கும்.

'நான் உனக்காக என் குடும்பத்தைப் பகைத்துக்கொண்டேன்' என்று எரிந்து விழுவான் கணவன்.

'நான் மட்டும் என்னவாம்?' என்று முறைப்பாகச் சொல்வாள் மனைவி.

'நான் செய்தது முட்டாள்தனம்னு எனக்கு இப்பத்தான் தெரியுது' என்று கணவன் நொந்துகொள்வான்.

'நான் உங்களை நம்பிவந்தது பெரிய முட்டாள்தனம்' என்று அவனைக் குற்றம் சாட்டுவாள் மனைவி.

முன்பு பார்க்கத் துடித்தார்கள். பேசவும், பேசுவதைக் கேட்கவும் துடித்தார்கள். இப்போதோ பார்த்துக் கொள்வதும், பேசிக் கொள்வதும் அரிதாகி விடுகிறது. இப்போதெல்லாம் பேச்சு ஏதோ ஒரு புள்ளியில் விவாதமாகி, சச்சரவில் முடிகிறது.

காதல் ஒரு உந்துசக்தி. ஆனால், காதலர்கள் சரியான திக்கில் உந்திச் செல்லப்படுவதில்லை என்பதே உண்மை. அவர்கள் காதலித்த போது வாழ்க்கையின் ஒரு பக்கத்தை மட்டுமே பார்த்தார்கள், இன்னொரு பக்கத்தைப் பார்க்கத் தவறிவிட்டார்கள்.

உடன்பாட்டுத் திருமணம்

இது பெண்ணின் பெற்றோர்களும், ஆணின் பெற்றோர்களும் கலந்து பேசி ஏற்பாடு செய்கிற திருமணம் (Arranged Marriage) அழகு, கல்வி, பொருளாதாரம், குடும்பப் பின்னணி என்று பல அம்சங்களும் ஆராயப்பட்டு, சீர் செனத்திகளைப் பேசி முடிவு செய்துகொண்டு திருமணத்தை நிச்சயிப்பார்கள். பிற்பாடு ஏதும் பிரச்சனை என்றால் ஊர்ப் பெரியவர்கள், உறவினர்கள் முன்னின்று தீர்த்து வைப்பார்கள். இத்தகைய திருமணத்துக்கு சமூக அங்கீகாரம், பாதுகாப்பு உண்டு. கணவன் மனைவிக்கு இடர்ப்பாடோ, நெருக்கடியோ ஏற்பட்டால் அவர்களை ஆதரிக்க பெற்றோர்கள் பக்கபலமாய் இருப்பார்கள்.

காதல் திருமணம் செய்துகொள்கிறவர்கள் தங்கள் பெற்றோர்களின் வெறுப்பையும், உறவினர்களின் எதிர்ப்பையும், ஊர்ப் பகையையுந்தான் தேடிக் கொள்கிறார்கள். எந்தப் பிரச்சனையிலும் மற்றவர்களின் ஆதரவு அவர்களுக்குக் கிடைக்காது. தனித்து நின்று போராடித்தான் ஒன்று வாழவேண்டும் அல்லது வீழவேண்டும்.

காதல் திருமணத்தில்தான் பிரச்சனை என்றில்லை. பெற்றோர்கள் பார்த்து முடிக்கிற திருமணத்திலும் பிரச்சனைகள் எழவே செய்யும்.

கணவன் மனைவியாகிற இளசுகள் இரண்டும் முன்பின் அறிமுகம் இல்லாதவர்களாக இருப்பார்கள். கணவனின் விருப்பங்கள், எதிர் பார்ப்புகள் மனைவிக்குத் தெரிந்திருக்காது. மனைவியின் குணாதிசயங் களும், நடந்துகொள்ளும் முறையும் கணவனுக்குத் தெரிந்திருக்காது. அத்தனை எளிதாக ஒரு இணக்கம் அவர்களுக்குள் ஏற்பட்டுவிடாது. திருமணத்துக்குமுன் ஓரளவேனும் அவர்கள் ஒருவரையொருவர் புரிந்து வைத்திருப்பது நல்லது. பெற்றோர்கள் தங்கள் பிள்ளையின் சம்மதத்தையும், பெண்ணின் சம்மதத்தையும் பெற்று ஏற்பாடு செய்கிற திருமணம் வெற்றிகரமாக அமையும் என்று நம்பலாம்.

உண்மைக் காதல்

இது ஒருமித்த மனமுடைய இருவரிடையே உருவாவது. எந்தத் தேக அழகால் ஒருவர்பால் ஒருவர் ஈர்க்கப்பட்டார்களோ அந்த அழகு மாறியபோதும் மாறாது அவர்கள் கொண்ட காதல்.

தான் கொண்ட காதலுக்காக சகலத்தையும் இருவர் இழக்கத் துணிகிறார்களே அதுதான் உண்மைக்காதல்.

வறுமையின் பிடியில் சிக்கித் துன்பங்களை அனுபவித்தாலும், பல சோதனைகளை எதிர்கொள்ள நேர்ந்தாலும் அக்னிப் பரீட்சையில் தேறி வருகிறதே அது உரம் பெற்ற காதல், சாகாவரம் பெற்ற காதல்.

காதலில் வரதட்சணை இல்லை, நிபந்தனைகள் இல்லை.

சாத்தியங்களைக் (Possibilities) கருத்தில் கொண்டு நடை முறைக்குப் பொருந்துவதாய் விளையும் காதல் விபத்துக்குள்ளாவதில்லை.

'நாம் இருவர் மட்டுமே தேர்ந்தெடுத்த வாழ்க்கையிது. இதில் எந்தப் பிரச்சனை வந்தாலும் எதிர்கொள்ளப் போவது நம் இருவரைத் தவிர்த்து வேறு யாரும் இல்லை' என்கிற உணர்வு காதல்மணம் செய்துகொண்டவர்களுக்கு இருக்க வேண்டும்.

இன்பத்தைப் போலவே துன்பத்திலும் இணைந்து நிற்கும் மன உறுதி இருந்தால் வெற்றி!

18

மோதல் தேவையா, காரணம் சரியா?

திருமணச் சடங்கின்போது, 'வாழ்க்கையின் உயர்வு தாழ்வுகளில் உன்னை நேசிப்பேன். நல்ல முறையாக வைத்துக் காப்பாற்றுவேன். இந்த வாழ்க்கை முழுக்க உன் தேவைகளைப் பூர்த்தி செய்வேன்' என்று உறுதி கூறும் கணவன் அதன்படி நடந்து கொள்வதில்லை.

எத்தனை இயல்பாக நெருங்குகிறார்களோ அத்தனை இயல்பாக விலகவும் முற்படுகிறார்கள். விரும்பியது போலவே வெறுக்கவும் செய்கிறார்கள்.

உறவில் ஏற்படும் விரிசலை, அவர்கள் விட்டுக் கொடுக்கும் மனப்பான்மை உடையவர்களாயின் உடனுக்குடன் சரிசெய்து கொண்டுவிடலாம். நான் என்கிற தன்முனைப்பு (Ego) உடையவர்களாயின் அந்த விரிசல் ஒருபோதுமே சரிசெய்ய முடியாததாகி விடும்.

'இது உன் தவறு, எல்லாம் உன்னால்தான்' என்று ஒருவருக்கொருவர் குற்றம் சாட்டிக் கொள்வார்கள்.

'ஒரு ஐந்தாறு ஆண்டுகளுக்கு முன்பிருந்த கணவனா இவர்!' என்று மனைவி மனம் சுளிப்பாள்.

'இது வாழ்க்கையா, எல்லாத்தையும் விட்டுட்டு சாமியாரா போயிரலாம்' வாய்விட்டே கூவிடுவான் அவன்.

இவர்களுக்குள் மோதல் ஏற்பட என்ன காரணம்? சரியான புரிதல் (Understanding) இல்லாததுதான்.

அமெரிக்க அரிசோனா (Arizona) மாநிலத்தைச் சேர்ந்த உளவியல் நிபுணர் டாக்டர். ஜெர்ரி.ஆர்.டே. கூறுவார், 'எதற்கெடுத்தாலும் நீதான் காரணம் என்று குற்றம் சாட்டுகிற போக்கை விட்டுவிடுங்கள்' என்று.

கணவன் ஏதாவது ஒன்றைச் சொல்லிவைக்க மனைவி உடனடியாய் பதிலடி கொடுக்க முனைவாள்.

'நீங்க எப்பவுமே லேட்டா வர்றீங்க. உண்மையைச் சொல்லுங்க, என்ன காரணம்?' என்று மனைவி கேட்பாள்.

'என்னோட நேரத்தை ஒழுங்குசெய்ய இவள் யார்? என் வேலையில் இவள் எப்படித் தலையிடலாம். உண்மையைச் சொல் என்கிறாளே, என்னைப் பொய்யனாக்குகிறாளா? ஓ! என்னை அதிகாரம் செய்யப் பார்க்கிறாள். என் வழியில் தலையிட யாரையும் நான் அனுமதிக்க மாட்டேன்' என்று தனக்குள் கறுவிக் கொள்வான் அவன்.

பெண்டாட்டி அன்பாகவோ, உரிமையாகவோ சொல்வாள், 'காலையில் கொஞ்சம் சீக்கிரமா எழுந்துகொள்ளக் கூடாதா?, இந்தப் பிள்ளைங்களை ஸ்கூலுக்கு ரெடி பண்ணலாம்ல' என்று. ஆனால், அவளுடைய குரலில் கொஞ்சம் எரிச்சல் அல்லது அழுத்தம் இருக்கும்.

'நாள்முழுக்க இந்தக் குடும்பத்துக்காக நான் ஓடியாடி உழைக்கிறேன். இப்போ இன்னொரு வேலை செய்யணுமா? எதையாவது அடுப்புல வச்சு ஏற்றி இறக்கிறே. வேற என்னத்தை வெட்டிப் புரட்டறே' என்று சீறிப்பாய்வான் அவன்.

இருவரும் ஒருவருக்கொருவர் சளைப்பதில்லை. ஒரு அழகான காலை நேரத்தை அவர்கள் அலங்கோலமாக்கி விடுவார்கள்.

'என்னோட உணர்வைப் புரிஞ்சுக்கப் பாருங்க' என்று மனைவி கூறும்போது, 'அப்போ என்னோட உணர்வுகள்?' என்று அவன் வக்கிரமாய் எதிர்க்கேள்வி போடுவான்.

உணர்வுகளை வெளிப்படுத்தவும், புரிந்துகொள்ளவும் ஒருத்தருக் கொருத்தர் சண்டை போட்டுத்தான் ஆகணுமா? அமைதியான முறையில் அந்த உணர்வுகளை 'ஷேர்' பண்ணிக் கொள்ள முடியாதா?

காச்சுமூச்சென்று கத்தி எதுவும் ஆகப்போறதில்லை. எதிர் மறையான விளைவுகள்தான் ஏற்படக்கூடும். கணவன் கூறைக்கும்

பூமிக்குமாய் குதித்தாலும் மனைவி சாந்தத்தைக் கடைப்பிடித்தால் அவனுடைய கோபம் இருந்த இடம் தெரியாமல் போய்விடும். பேச்சில் கேலியோ, நிந்தனையோ இருந்துவிட்டால் பிரச்சனைதான்.

'உங்கள்ட்ட நான் முன்னாடியே சொல்லிருக்கேன்'

'நான் சொன்னது ஒண்ணு, நீங்க செஞ்சது ஒண்ணு'

'இப்படி ஆகும்னு எனக்கு முன்னாடியே தெரியும்'

போன்ற வார்த்தைகள் வாழ்க்கைத் துணையை மட்டம் தட்டுகிற, தன்னை அறிவாளியாகக் காட்டிக்கொள்கிற முயற்சியாக இருக்கும்.

ஒருபோதும் ஒத்துப்போக முடியாதவர்கள் எப்போதும் சண்டையிட்டுக் கொள்ள நியாயமான காரணம் இருக்க வேண்டும் என்பதில்லை. காரணமில்லாமலே சண்டை போடுவார்கள், அல்லது ஒரு காரணத்தை உருவாக்கிக் கொண்டுவிடுவார்கள்.

'என்னங்க ஷாப்பிங் போகணும், வர்றீங்களா?'

'அவசியம் வரணுமா?'

'ஏன் என்னாச்சு?'

'நான் கூப்டா நீ வரமாட்டே, ஆனா நீ கூப்பிடறப்போ, நான் வந்திரணும் அப்படித்தானே?'

இப்படியே பேச்சு நீண்டு, விவாதமாகி, சச்சரவில் முடியும்.

உண்மையான மோதல் குழந்தை வளர்ப்பு, பணம், பாலுறவு பற்றியதாக இருக்கும்.

புராதன கலைப்பொருட்கள் (Antiques) சேகரிப்பில் ஆர்வம் மிக்கவர் டேவிட். ஓய்வு கிடைக்கிறபோதுதான் என்றில்லை, லீவு போட்டுக்கூட பழைய பொருட்கள் விற்கும் கடைகளைத் தேடிப்போய் விடுவார். சமயத்தில் வெளியூர்களுக்கும் சென்று சேகரிப்பார். என்ன விலை கொடுத்தும் பொருட்களை வாங்கத் தயாராயிருப்பார் அவர்.

அன்று மனைவி எஸ்தருடன் தொல்பொருள் அங்காடி ஒன்றிற்குச் சென்றவர், விளக்கு ஒன்றை வாங்கிவிட்டார். விலை கொஞ்சம் அதிகந்தான்.

'இதுவெல்லாம் எந்த வகையிலும் பயன்படப் போறதில்லை' என்று கடுப்பாகச் சொன்னாள் மனைவி.

'பழைய பொருட்களின் அருமை உனக்குத் தெரியாது' என்றார் அவர்.

'உங்களைப்போல் பணத்தை வீணடிக்க எனக்குத் தெரியாது தான்' என்றாள் எஸ்தர்.

'என்னோட கலைப்பொருள் சேகரிப்பை மட்டுமல்ல, என்னையும் நீ கொச்சைப்படுத்தறே' என்று தெருவிலேயே சத்தம் போட்டார் டேவிட்.

விளையாட்டாகத் தொடங்கிய சண்டை வீட்டிலும் தொடர்ந்தது. ஒருமுறை சண்டை போடுகிறவர், திரும்பத் திரும்ப சண்டை போடுகிறார்.

சண்டையை எளிதாய் தொடங்கிவிடுவார்கள். ஆனால், எப்படி முடிப்பது, அதில் இருந்து எப்படி மீள்வது என்று தெரியாமல் விழிப்பார்கள்.

'என்னுடைய இமேஜ் என்னாகிறது?' என்கிற எண்ணந்தான் ஒருவரை சண்டையில் இழுத்து விடுகிறது. எல்லாருமே தனக்கென்று ஒரு மன உருவை (Image) ஏற்படுத்திக் கொண்டிருப்பார்கள்.

'நான் பெரியவன்'

'நான் அழகானவள்' - இப்படி.

இந்த 'நான் என்கிற உணர்வு' (Ego) இருக்கிறதே இது மூன்றாவது மனிதரிடந்தான் என்றில்லை, கணவன் மனைவிக்குள்ளும் கலகம் விளைவித்துவிடும்.

'இருப்பதை வச்சு குடும்பம் பண்ணனும்னு நான் பலமுறை சொல்லியாச்சு. ஆனா நீ கேக்கலை. உன்னுடைய ஆசைக்கு அளவே யில்லை. ஒரு பொம்பளையிடம் இப்படி ஊதாரித்தனம் கூடாது' என்று கணவன் சத்தம் போடுவான்.

'உம்மோட சம்பளத்தில் நானும் குடும்பம் பண்றேனே. வேறு எவளும் உம்மைமாதிரி கொடுமைப்படுத்தறவன்ட்ட வாழ முடியாது' என்று மனைவி அவனைவிட பெரிதாய் கூச்சல் போடுவாள்.

சண்டையை காரணமில்லாமலே தொடங்குவார்கள். அல்லது சண்டைக்கு எது காரணமோ அதை மறந்துவிட்டிருப்பார்கள்.

ஒருவரையொருவர் தவறாகப் புரிந்துகொள்வதும் சண்டைக்கு இன்னொரு காரணி எனலாம்.

'வளையல் புதுசா இருக்கே, எப்போ வாங்கினே?' கணவன் கேட்பான்.

'பழசை அழிச்சுப் பண்ணினதுதான், புதிசில்லை' என்றால் தீர்ந்தது.

'ஆமா, நான் என்னமோ தினமும் நகைக்கடைக்குப் போறாப்பல கேக்கறீங்க. கல்யாணமான இந்த எட்டு வருஷத்தில் நீங்க எத்தனை நகை வாங்கிக் கொடுத்திருக்கீங்க?' என்று கேட்கிற மனைவியிடம் என்ன பேசுவது.

சண்டையிடுகிறவர்கள் இரண்டு ரகம்.

நேர்மையாய் சண்டையிடுகிறவர், நேர்மையற்று சண்டையிடு கிறவர் என்று. அந்தப் பெண்மணி எந்த ரகம் என்று சொல்லாமலே புரியும்.

நேர்மையற்ற சண்டைக்காரர்களின் சொல்லிலும், நடந்து கொள்ளும் முறையிலும் ஏற்கும்படியாய் எதுவும் இருக்காது. அதிகாரம், அடாவடித்தனம் இருக்கும்.

'எனக்காக நீங்க நேரம் ஒதுக்க முடியாதோ?' என்கிற மாதிரி கேட்டு வைப்பார்கள்.

வேண்டுகோளை எதிர்மறையான விதத்தில் வைப்பதும் விபரீத விளைவையே ஏற்படுத்தும். அன்பாக வேண்டுவதற்கும் அதிகார தோரணையில் கேட்பதற்கும் வேறுபாடு இருக்கிறதல்லவா? குற்றம் சாட்டுகிற மாதிரி எதையும் சொல்லக்கூடாது.

ஒரே சொல்தான், ஆனால் தொனியில் (Tone) இருக்கிறது நன்னயப் பாங்கும், பாங்கற்ற தன்மையும்.

நேர்மையான சண்டை தவறைச் சுட்டிக்காட்டுவதாகவும், திருத்திக்கொள்ள வலியுறுத்துவதாகவும் இருக்கும். பின்னணியில் அன்பால் விளைந்த உரிமை இருக்கும். அவர்கள் தற்பெருமையை மையமாய் வைத்து சண்டையிடுவதில்லை. எதற்காக சண்டையிடுகிறோம் என்பதையும், அதை எப்போது நிறுத்திக்கொள்ள வேண்டும் என்பதையும் அவர்கள் நன்கறிவார்கள். கணவன் மனைவி இருவருமே ஒருவருடைய உணர்வை இன்னொருவர் புரிந்து வைத்திருப்பதோடு, உணர்வுக்கு மதிப்பளிப்பவராகவும் இருப்பார்கள்.

19

மணவிலக்கு தேவையா?

மணவாழ்க்கை ஒன்றும் ராஜபாட்டை அல்ல, அதில் மேடு பள்ளங்கள் உண்டு, திருப்பங்கள் உண்டு.

உடனுக்குடன் தீர்வுகாண வேண்டும்

கணவன் மனைவி இருவருமே என்னதான் புத்திசாலிகளாயிருந்தாலும், ஒருவரையொருவர் எவ்வளவோ நேசித்திருந்தாலும் ஏதோ ஒரு முனையில் பிரச்சனை தொடங்கி விடுகிறது. அந்தப் பிரச்சனை அவர்களே எதிர்பாராத விதமாய் தீவிரமடைகிறது.

மணவாழ்வில் ஏற்படும் பிரச்சனைகளுக்கு உடனுக்குடன் தீர்வு கண்டுவிட வேண்டும். அலட்சியமும், காலதாமதமும் வாழ்க்கையின் போக்கையே தலைகீழாய் மாற்றிப்போட்டு விடும்.

பிரச்சனையின் உண்மைத்தன்மையைத் தெளிவாகப் புரிந்துகொண்டாலே, பாதிப் பிரச்சனை தீர்ந்தமாதிரி. கோபமும், சீற்றமும் பிரச்சனையின் தீவிரத்தைக் குறைத்துவிடாது.

கணவன் மனைவி பிரச்சனையில் பாதிக்கப்படுவதென்னவோ குழந்தைகள்தாம். தீர்க்க முடியாதது என்று எந்தப் பிரச்சனையும் இல்லை. தொடக்கத்திலேயே பேசித் தீர்த்துக் கொண்டுவிடலாம். மூன்றாவது நபர்களின்

தலையீடு இல்லாமல், கணவன் மனைவி இருவருமே நிதான மனநிலையில் உட்கார்ந்து பேசவேண்டும். பேச்சு ஒளிவு மறைவற்றதாய் இருக்கவேண்டும். பேச்சு சந்தேகத்தைப் போக்கும், புரிதலைக் கொடுக்கும், நிலைமையைத் தெளிவுபடுத்தி சீர்செய்யும்.

மனைவிக்கு, தான் இரண்டாம் பட்சமாகி விட்டதாக எண்ணிக் கொண்டான் கணவன். அவளிடம் அவற்றைப் பகிரங்கமாய் கேட்கவும் செய்தான். அவனுடைய குற்றச்சாட்டைக் கேட்டு அவள் அதிர்ந்து போனாள். அவன்மீது தனக்குள்ள பிரியத்தைப் பற்றி அவள் விரிவாக எடுத்துச் சொன்னாள். குடும்பமே அவனை மையமாக வைத்து இயங்குவதை அவனுக்குப் புரியவைத்தாள். ஆக, தங்களுக்குள் முளைவிட்ட பிரச்சனை கிளைவிட்டுப் பெரிதாவதற்குமுன், முளையிலேயே கிள்ளியெறிந்தாள் அவள்.

ஆனால், எல்லாப் பிரச்சனைகளுமே அத்தனை எளிதாய் முடிந்துவிடும் என்று சொல்வதற்கில்லை. சில பிரச்சனைகளுக்கு நடைமுறையில் மாற்றங்கள் தேவைப்படும். சிலவற்றை ஏற்றுக் கொள்ளவோ, விட்டுவிடவோ வேண்டியிருக்கும். அதைத்தான் சமரசப் போக்கு (Compromise) என்பார்கள்.

ஒன்றை நாம் கவனத்தில் கொள்ள வேண்டும்.

தங்களிடம் குறையில்லாத, தங்கள் வாழ்க்கையில் தவறே செய்யாத மனிதர்களே இல்லை.

கணவன் மனைவிக்குள் விட்டுக் கொடுப்பதால் இழப்பில்லை, விலகிக் கொள்வதால் இலாபமில்லை.

விட்டுக் கொடுப்பதாலும், சரிசெய்து கொண்டு போவதாலும் வளர்ச்சி உண்டு. உறவு உறுதிப்படும்.

நீயா, நானா என்ற அகந்தை கூடாது

மணவாழ்வில் காலடி வைக்கும் ஆணும் சரி, பெண்ணும் சரி தன்னையே உயர்வாக நினைத்துக்கொள்ளும் தற்பெருமையை (Ego) விட்டுவிட வேண்டும். அவர்கள் கொண்ட உறவை வளர்ப்பது காதல் என்றால், அவர்களுக்குள் விரிசலை ஏற்படுத்துவது கர்வம்.

'நான் சொல்வதே சரி'

'நான் செய்வதே சரி'

'எதையும் நானே முடிவு செய்வேன்' - என்பது ஆணவப்போக்கு, ஆணவம் ஆணுடையதாயினும் பெண்ணுடையதாயினும் அழிவுக்கே அது வழிவகுக்கும்.

'தன்னை வியந்து தருக்கலும் தாழ்வின்றி
கொன்னே வெகுளி பெருக்கலும் அன்னநீரார்க்கேஉள' என்று.

'நான் பெரிய பணக்காரன்,
நான் நிறையப் படித்தவன்,
நான் பேரழகி,
என் குடும்பம் உயர்ந்தது' - இத்தகைய எண்ணப்போக்கு தன்னை வியத்தல் ஆகும்.

'நான் உயர்ந்தவன்' என்று கருதிக்கொள்கிற கணவன், 'நீ என்னைவிட தாழ்ந்தவள்' என்கிற உணர்வோடுதான் தன் மனைவியை நடத்துவான். 'நீ எனக்குக் கட்டுப்பட்டு நடக்கவேண்டும்' என்ற சொல்லாமல் சொல்லிவிடுகிறான். ஆதிக்கம் செலுத்த முற்படுகிற போதுதான் (அது ஆணாயினும் பெண்ணாயினும்) உறவு விரிசலடைகிறது. ஒருகட்டத்தில் அந்த விரிசல் மீண்டும் எப்போதைக்குமே சரிசெய்ய முடியாத அளவுக்கு (அலட்சியம், முயற்சியின்மை, வீம்பு காரணமாய்) மோசமாகி விடும். அப்போது, விவாகரத்துதான் ஒரே தீர்வாகக் கண்ணுக்குத் தெரியும்.

மனைவியின் வளர்ச்சியில் பொறாமை

நடைமுறைக்குப் பொருந்தாத எதிர்பார்ப்புகளை (கனவிலும், கற்பனையிலும்) வளர்த்துக்கொண்ட இளைஞர்கள், திருமணத்திற்குப் பின் தங்கள் எதிர்பார்ப்புக்கு நேர்மாறான வாழ்க்கைத் துணை அமைந்துவிட்டதாய் கருதி பந்தத்தில் இருந்து விலக முற்படுவார்கள்.

கணவனைவிட மனைவி அதிகம் படித்திருப்பாள் அல்லது அவனைவிட உயர்ந்த பதவியில் இருப்பாள்.

அழகிலும், தோற்றத்திலும் தனக்குப் பொருத்தமில்லாத கணவன் என்று நினைத்துக் கொள்கிற மனைவி.

இருவரின் வாழ்வில் நுழைகிற மூன்றாவது நபர் - இப்படி ஏதோ ஒன்று அவர்களிடையே விலகலுக்கு வித்திடும்.

பிறகு - வாழ்க்கைத் துணையிடம் அதுவரை கண்டிருந்த நிறைகள் மறையும், குறைகள் மட்டுமே கண்ணுக்குத் தெரியும்.

அலுலகத்திலிருந்து வீட்டுக்கு நேரம் கழித்து வருகிற கணவன் (மனைவி). மனைவியின் வளர்ச்சியைச் சகித்துக்கொள்ள முடியாத கணவன் என்று சந்தேகம், பொறாமை காரணமாகவும் விலகத் தோன்றும்.

வாழ்க்கைத் துணை கொடிய நோயால் (தொற்றக்கூடிய, குணப்படாத) பாதிக்கப்பட்டிருத்தல், கணவன் உடல்ரீதியாகவும், மனோரீதியாகவும் மனைவியைத் துன்புறுத்துதல் போன்ற நிலைகளிலும் மணவிலக்கு பெறத் தோன்றும்.

தன் பிறந்தகத்துப் பெருமைகளில் திளைக்கும் மனைவி, கணவனிடம் கோபித்துக்கொண்டு பிறந்தகம் போவாள்.

'தங்கள் பெண் ஏதோ கோபத்தில் கிளம்பி வந்திருக்கிறாள். ஒரு வாரம் பத்து நாள் போனால் சரியாயிரும்' என்று எண்ணிக்கொண்டு, பெண்ணை நல்ல வார்த்தை சொல்லி கணவன் வீட்டுக்கு அனுப்பி வைக்கிற பெற்றோர்கள் உண்டு.

சிலரோ, தங்கள் பணச் செருக்கில், 'என்னது, உன்னை கன்னத்தில் அறைஞ்சிட்டானா, அன்றாடம் காய்ச்சிப் பயல். ஏதோ நிறைய படிச்சிருக்கானேன்னு உன்னைக் கட்டி வச்சோம். அவ்வளவு தூரம் ஆயிருச்சா, ரெண்டுல ஒண்ணு பார்த்திரலாம்' என்று தந்தை சூளுரைப்பார். சகோதரன் கத்தி தூக்குவான். கோர்ட்டுக்குப் போவார்கள். 'டைவோர்ஸ்' கிடைக்கும். சட்டரீதியான காரணம் ஒன்றைத் தயார் செய்து, வெட்டிப் பிரிக்கத்தான் கெட்டிக்கார வழக்குரைஞர்கள் இருக்கிறார்களே!

பெண்ணும் பிள்ளையும் கோபம் தணிந்து மீண்டும் ஒன்றுசேர எண்ணியிருந்தாலும், பெற்றோர்களே அவர்களுடைய வாழ்வைப் பாழ் பண்ணிவிடுவார்கள்.

கணவன் மனைவிக்குள் உறவில் விரிசல் ஏற்படும்போது மூன்றாவது நபர்கள் (அவர்களுடைய பெற்றோர் உட்பட) தலையிடாமல் இருந்தாலே போதும். கணவனும் மனைவியும் தாங்களே தங்கள் உறவைச் சீர்செய்து கொள்வார்கள்.

மணவாழ்க்கை என்பது கணவன் மனைவி இருவர் மட்டுமே வாழ்ந்து பார்ப்பது. என்ன நேர்ந்தாலும் நமக்குள் பேசித் தீர்த்துக் கொள்வோம் என்று அவர்கள் உறுதியாயிருந்துவிட்டால் அடுத்தவர் தலையீட்டுக்கு இடமில்லை.

குடித்துவிட்டு வந்து மனைவியை அடித்துத் துன்புறுத்துகிற கணவனுடன், தொடர்ந்து குடித்தனம் பண்ண, எவள்தான் விரும்புவாள்?

நம்பிக்கைத் துரோகம் செய்த மனைவியுடன் சேர்ந்து வாழ எந்தக் கணவன் இசைவான்?

அத்தகைய நிலைகளில் இறுதித்தீர்வு விவாகரத்துதான்.

விவாகரத்து நல்லதா கெட்டதா என்பது நிகழ்வின் பின்னணியைப் பொறுத்தது.

விவாகரத்து செய்துகொள்கிற கணவனும், மனைவியும் தங்கள் குழந்தைகளின் எதிர்காலத்தையும் கருத்தில் கொண்டே முடிவெடுக்க வேண்டும்.

20

அன்பே அகத்திற்கு அழகு

அன்பு முகத்துக்குப் பொலிவூட்டுகிறது, இதயத்துக்கு புத்துணர்ச்சியை வழங்குகிறது, ஆன்மாவை மேம்படுத்துகிறது. பெண்ணுக்கு அன்பைவிட பெரிய வெகுமதி வேறென்ன இருக்கப் போகிறது.

உனக்காக எதையும் தியாகம் செய்வேன்

பிரெஞ்சு எழுத்துலகச் சிற்பியான மாப்பசான் எழுதிய சிறுகதையொன்றின் சுருக்கத்தை இங்கே சொல்லத் தோன்றுகிறது.

அவர்கள் ஏழைத் தம்பதிகள். மணமாகி ஓராண்டு காலமே ஆகியிருந்தது. அவன் 'எக்ஸ்போர்ட்' நிறுவனம் ஒன்றில் சொற்ப ஊதியத்தில் வேலை பார்க்கிறவன். அந்தப் பெண் வீட்டிலேயே தையல் வேலை செய்து வந்தாள். அவர்கள் காதலித்து மணம் செய்துகொண்டவர்கள்.

இன்னும் ஓரிரு நாளில் அவர்களுடைய முதலாவது மணநாள் வரவிருந்தது. அவர்களின் நண்பர்களை அழைத்து, விருந்தளித்து சிறப்பாகக் கொண்டாட முடியாது.

ஆனாலும், மனைவிக்கு எப்படியாவது பரிசுப் பொருள் வாங்கித்தரவேண்டும் என்று ஆசைப்பட்டான் அவன். அதே எண்ணந்தான் அவளுக்குள்ளும்.

'என்ன பரிசு வாங்கலாம்?' அவன் சிந்திக்கலானான்.

'அவருக்கு ஒரு கிஃப்ட் தரணும். ஆனால், அதை முன்கூட்டியே அவரிடம் தெரிவிக்கக்கூடாது. திருமண நாளில் சர்ப்ரைஸாகக் கொடுக்க வேண்டும்' என்று அவள் தீர்மானித்தாள்.

தன் மனைவியின் பொன்னிறமான நீண்ட கூந்தல் குறித்து அலாதி பெருமை அவனுக்கு. சுருள் சுருளாய், அடர்த்தியாய் அமைந்த அழகான முடி! ஒருநாள் தற்செயலாக ஃபேன்ஸி கடையொன்றில் பார்த்த அழகிய வேலைப்பாடமைந்த இணைப்பு ஊசி (Brooch) ஒன்று அவனை வெகுவாய் கவர்ந்திருந்தது. அந்த 'ப்ரூச்'சை அவளுக்கு வாங்கிக் கொடுக்க வேண்டும் என்று பெரிதும் விரும்பினான்.

தன் கணவனின் 'வாட்ச்'சிற்கு வெள்ளிச் சங்கிலி கோர்த்து அணியச் செய்யவேண்டும் என்று விரும்பினாள் மனைவி. அவன் கடிகாரத்தை தோல்பட்டையில் அல்லவா இணைத்துக் கொண்டிருந்தான்.

அவர்களுடைய மணநாளும் வந்தது.

கணவன் மனைவியிடம் ஒரு சிறிய பெட்டியை பரிசாக அளித்தான். அவள் ஆவலுடன் திறந்து பார்த்தாள். அதில் இருந்த 'ப்ரூச்' அவளுக்குப் பிடித்திருந்தது.

'உன் முக்காட்டை விலக்கு' என்றான் அவன். 'இந்த ப்ரூச்சை உன் கூந்தலில் நானே அணிவிக்கிறேன்' என்று அவன் சொன்னபோது அவள் அழுதே விட்டாள்.

'என்ன ஆயிற்று?' அவன் பதட்டமாய் கேட்டான்.

'உனக்கு ஒரு பரிசு வாங்கியிருக்கிறேன்' என்றவள் கணவனிடம் ஒரு கண்ணாடிப் பெட்டியை நீட்டினாள்.

'எங்கே உன் கடிகாரம்? அதில் கோர்த்துக் கொள்ளவே இந்த கடிகார செயின்' என்றாள் அவள். அவனுடைய கை வெறுமையாக இருந்தது.

'உன் கடிகாரம் எங்கே?' அவள் மீண்டும் கேட்டாள்.

'மன்னித்துக்கொள். உனக்கு 'ப்ரூச்' வாங்குவதற்காக என் கடிகாரத்தை நான் விற்றுவிட்டேன்' என்றான் அவன்.

அவள் சொன்னாள், 'உன் கடிகாரத்துக்கு செயின் வாங்குவதற்காக என் கூந்தலை 'விக்' தயாரிப்பாளனிடம் விற்றுவிட்டேன்' என்று.

அவளுடைய முக்காட்டை விலக்கிப் பார்த்து, கழுத்தளவில் வெட்டப்பட்ட கூந்தல் கண்டு திகைத்தான்.

சி.எஸ். தேவநாதன்

அவர்கள் தங்களுடைய இல்லாமையை எண்ணி அழுதனர். பிறகு, ப்ரூச்சையும், கடிகாரத்துக்கான கைப்பட்டையையும் பார்த்து சிரித்தே விட்டனர்.

'தியாகத்தை வேண்டி நிற்பது, தியாகத்துடன் தொடர்புடையது காதல்' என்பார்கள். அவர்கள் கொண்ட காதல் அத்தகையது!

மாசப்பானின் இந்தக் கதையைவிட அன்பிற்கு சிறந்த எடுத்துக்காட்டு வேறெதுவும் உண்டா என்ன!

அன்பால் கட்டிப் போடுங்கள்

அன்பு மனிதர்களின் வாழ்வை உன்னதப்படுத்துகிறது.

கணவன் மனைவியிடையே ஈர்ப்பை உண்டுபண்ணுகிற காதல் தொடர்ந்து பரமாரிக்கப்பட வேண்டியது. காதலித்து மணந்து கொண்டவர்களைப் பாருங்கள். அவர்களுடைய திருமணத்துக்குமுன் காதலில் இருந்த தீவிரம் போகப்போக (மணமாகிய கொஞ்சநாளிலோ, குழந்தை பெற்ற பின்போ) குறையத் தொடங்குகிறது. மனம் என்கிற வரைபடத்தில் (Graph) காதல் சரிவுநிலை அடையுமுன்பே தடுப்பு நடவடிக்கைகளில் இறங்கிவிட வேண்டும்.

கணவனுக்குத் தன்மீதுள்ள ஈர்ப்பு குறையாமல் பார்த்துக் கொள்வதும், அவனுடைய பார்வை வெளியில் திரும்பிவிடாதபடி அவனைத் தன்பிடியில் வைத்துக் கொள்வதும் மனைவியின் பொறுப்பு. அழகைப்போலவே இந்த வகையில் பயன்படக்கூடிய இன்னொரு ஆயுதம் அன்பு.

'அன்பெனும் தளையில் அகப்பட்ட ஆண்
அத்தனை எளிதாய் விடுபட்டு விட முடியாது!'

அன்பே உறவின் அடித்தளம், அதுவே
பெண்ணின் மிகப்பெரிய பலம்.

உடலின் அழகு நிலையானதல்ல. ஒரு பக்கத்தில் இருந்து இன்னொரு பக்கத்துக்குச் செல்லும்போது பெண்ணின் உடல் மாறுதலுக்குள்ளாகும். மனைவிமீது கணவனுக்கிருந்த ஆர்வம் படிப்படியாய் குறையத் தொடங்கும். ஆனால், அன்புக்கு வயசில்லை. அது பருவகால மாற்றங்களால் பாதிக்கப்படுவதில்லை.

பெண் இயல்பிலேயே தாய்மைப் பண்புடையவள். அன்பு பரிவு இரக்கம் போன்றவை அவளுக்குள் சிறு வயது முதற்கொண்டே இருந்து கொண்டிருப்பதுதான்.

'குழந்தை பிறந்ததில் இருந்தே இவளுடைய முழுக்கவனமும் குழந்தை மீதுதான். என்மீது இவளுக்குக் கொஞ்சமும் அக்கறை கிடையாது' என்று புகார் படிப்பான் கணவன். அவனுடைய புகாரில் எந்த நியாயமும் இருப்பதற்கில்லை. குழந்தையின் ஒவ்வொரு நாள் வளர்ச்சியும் தாயின் பராமரிப்பைப் பொறுத்ததேயாகும். தன் குழந்தையைப் போலவே கணவனையும் அவள் அன்பால் அரவணைத்துக்கொள்ள முடியும்.

'இதயம் கையளவுதான். ஆனால்
அதில் பீறிடும் அன்போ பிரவாகமெடுக்கும்'

காதல் காமத்துடன் தொடர்புடையது. 'நான் உன்னை நேசிக்கிறேன்' என்று காதல் வயப்பட்ட இளைஞன் பெண்ணிடம் கூறுவான். அந்த வார்த்தையில் உடல்மீதான இச்சையும் உள்ளாக ஒளிந்து கொண்டிருக்கும். ஆனால், அன்பு உடல்மீதான இச்சையில் எழுவதல்ல. உங்கள் கணவரை (மனைவி) விட்டு நீங்கள் எத்தனை தூரத்தில் இருந்தாலும், உங்கள் இருவருக்கும் இடையிலான அன்பு உங்களை அருகில் இருப்பதாய் உணரச் செய்யும்.

'எடுக்க எடுக்கக் குறையாதது அன்பு - ஆனால்
எடுத்துக் கொடுக்க மனமிருக்காது சிலருக்கு'.

வெறும் உடற்கவர்ச்சி போதாது மணவாழ்க்கை நிலைப்பதற்கு. உண்மையான அன்பிருந்தால்தான் மணவாழ்வில் கிடைக்கிற மகிழ்ச்சியும் சரி, மணவாழ்வும் சரி நீடிக்கும், நிலைக்கும்.

அன்பின் இடத்தில் வேறெதையும் வைக்க முயற்சிக்காதீர்கள். அன்பு கொண்டவர்கள் காட்டுகிற கோபமும், வெறுப்பும் மணிக் கணக்கில் அல்லது நாட்கணக்கில்தான்.

அன்பு உறவை மேம்படுத்தும், எதிர்பார்ப்புகளைப் பூர்த்தி செய்யும். வெற்றிடங்களை இட்டு நிரப்பும். அன்பு அக்கறை காட்டும், விட்டுக் கொடுக்கும். சகித்துக் கொள்ளும். வாழ்க்கையை உயிரோட்டமுடையதாக்கும்.

சுயநல முறையில் வாழ்க்கையைத் தனது கண்ணோட்டத்தில் மட்டுமே காண்பார். 'என்னுடைய வார்த்தையே எதையும் இறுதி செய்கிற வார்த்தையாக இருக்கவேண்டும்' என்பார் அவர். மனைவி தன்னுடைய அறிவுரை, வழிமுறையைப் பின்பற்றி நடக்கவேண்டும்

என்று எதிர்பார்ப்பார். சொல்லப் போனால் மனைவி என்பவள் தன்னுடைய தேவைகளைப் பூர்த்தி செய்யும் கருவி என்பதே அவருடைய நினைப்பு. ஆனால், அன்பு கொண்ட நெஞ்சமோ அத்தகைய நிபந்தனைகளையோ, நிர்ப்பந்தங்களையோ கொண்டிருக்காது.

உங்கள் மனைவியைப் புரிந்து கொள்ளுங்கள். உங்களிடையேயான உறவைப் புரிந்து வைத்திருங்கள். உங்கள் மனைவிமீது உங்களுக்குள்ள அன்பை எல்லா வகையிலும் அவருக்கு உணர்த்துங்கள். இது மனைவிக்கும் பொருந்தும்.

21

21. நேசத்தை எப்படி அதிகரிப்பது?

தன்மீது அன்பு செலுத்தாத மனைவியிடம் கணவனுக்கும், தன்மீது அக்கறை காட்டாத கணவனிடம் மனைவிக்கும் எப்படி ஆர்வம் இருக்கும்?

சுயநலம் உள்ளவர்கள் தங்களது தேவைகளைப் பூர்த்தி செய்து கொள்வதிலேயே கண்ணாக இருப்பார்கள். நேசிக்கத் தோன்றாது. நேசித்தாலும் அதில் உண்மை இருக்காது.

உண்மையான நேசத்தை எப்படிப் பெறுவது?

'உங்கள் வாழ்க்கைத் துணையிடத்தே
பிரியம் வையுங்கள், அந்தப்
பிரியத்தை நாளும் வளர்த்துக் கொள்ளுங்கள்
பிரியத்தை முழுமையாய் வெளிப்படுத்துங்கள்'

பெரும்பாலான திருமணங்கள் முன்பின் அறிமுகம் இல்லாத அல்லது அதிகப் பரிச்சயமில்லாத இருவரிடையே நிகழ்வது, பெரியோர்களால் நிச்சயிக்கப்படுவது. அத்தகைய மணவாழ்க்கை நீடித்து நிலைக்க தேகங்களின் இணைப்பு மட்டும் போதாது, மனங்களிடையே பிணைப்பை ஏற்படுத்திக் கொள்வது அவசியம்.

உங்கள் கணவருக்கு நீங்கள் 'ஸ்பெஷலான நபர்', என்பதை உணர்த்திடுங்கள். அவருக்குப் பிடித்தமான முறையில் உடையணிந்து அவரோடு பொழுதுபோக்கு நிகழ்ச்சிகளுக்கும், விருந்து விழா போன்றவற்றுக்கும் சென்று வாருங்கள். உங்கள் தனிப்பட்ட விருப்பு, வெறுப்புகளை ஒருபுறமாய் ஒதுக்கிவிட்டு, அவருக்கு மகிழ்ச்சியளிக்கும் விதமாய் நடந்து கொள்ளுங்கள். விரும்பத்தக்க முறையில் பழகத் தெரிந்திருங்கள்.

பல தினுசாக உடையணிவது, புதுப்புது உணவு வகைகளைச் சமைப்பது, படுக்கையிலும் புதுமைகள் செய்வது என்று வித்தியாசம் காட்டுங்கள். 'வெரைட்டி' (Variety) சலிப்புறும் நிலையைத் தவிர்க்கும், ஈர்ப்பை ஏற்படுத்தும். உங்கள்மீது கணவருக்கு ஏற்படும் பிரமிப்பைத் தக்கவைத்துக் கொள்ளுங்கள்.

நேசத்தை எப்படி அதிகரித்துக் கொள்வது?

பாலுறவைப் பொறுத்தவரை கணவனே தொடங்கி வைப்பவனாகவும், நடத்துகிறவனாகவும், முடித்து வைப்பவனாகவும் இருப்பான். அதே செயல்முறையை பெண்ணும் மேற்கொள்ள முடியும். ஆனால், தன்னைப்பற்றி கணவன் விபரீத எண்ணம் கொண்டு விடுவானோ என்று அஞ்சியே அவள் தயங்குவது. அவள் தூண்டப்படுகிறவளாகவும், ஏற்கிறவளாகவும் மட்டுமே இருந்து கொள்கிறாள்.

கணவனின் அதிகாரத்துக்குக் கட்டுப்பட்டிருக்கிற அல்லது கணவனால் சிறுமைப்படுத்தப்பட்ட மனைவி காதல் விளையாட்டில் முன்கையெடுப்பதில்லை. கணவன் கேட்டுக் கொண்டால் பெண்ணே தொடங்கி வைக்கலாம். இருவருக்குமிடையில் இணக்கமான உறவு இருக்கும் பட்சத்தில், உணர்வு நிலையில் ஆயத்தம் அடைந்த பெண் தானே தொடங்கி வைக்கலாம். அது கணவனுக்கு அவள்பால் உள்ள பிரியத்தை அதிகரித்து உதவும்.

ஒருவருக்கொருவர் வளைந்து கொடுக்கிற மனப்பான்மை இருவரிடமும் இருந்துவிட்டால், இருவரும் சமம் என்கிற உணர்வு கொண்டுவிட்டால் நேசம் படிப்படியாய் அதிகரிக்கவே செய்யும்.

தன் வாழ்க்கைத்துணை ஆர்வத்தோடு பேச வருகிறபோது, அவர் (கணவன் அல்லது மனைவி) அதே ஆர்வத்தோடு கேட்கத் தயாராயிருந்தால் தான் மதிக்கப்படுவதை நேசிக்கப்படுவதை அவர் (பேசுபவர்) உணர்ந்து கொள்வார்.

உங்களுக்கு நேரம் முக்கியமாயிருக்கலாம், உங்களுடைய வேலை முக்கியமாயிருக்கலாம். ஆனால் உங்கள் வாழ்க்கைத் துணைக்காக அந்த நேரத்தை நீங்கள் செலவிடத் தயாராகி விட்டால் (பணியை ஒருபுறம் ஒதுக்கி வைத்து) அவர் உச்சி குளிர்ந்து விடுவார்.

தன் மனைவி தன்னோடு ஒத்துப் போகிறவளாய், தன்னுடைய குறிப்பறிந்து நடப்பவளாய் இருக்கவேண்டும் என்றே கணவன் விரும்புவான். தனக்கேற்றவாறு இயங்கும் பெண்ணிடத்தில் அன்பு வைப்பது ஆணின் இயல்பு. அப்படியில்லாதவளை அவன் நேசிக்க மாட்டான்.

தன் கணவர் எதைச் சொன்னாலும் அதை விரும்பிக் கேட்க மனைவியால் முடியுமா? முடிந்தால் நல்லது.

ஆண்களில் எல்லாருமே ஒழுக்கப்பண்பு உடையவர்கள் உத்தமர்கள் என்று சொல்வதற்கில்லை. மனைவியிடம் விரசமாய் பேசுகிறவர்கள் இருக்கிறார்கள். தங்கள் வக்கிரமான ஆசைகளை அவள் நிறைவேற்ற வேண்டும் என்று வற்புறுத்துகிறவர்கள் இருக்கிறார்கள். அப்படி ஒருவன் தனக்குக் கணவனாய் அமைந்துவிட்டால் பெண் என்ன செய்வது? இந்த நிலை மாறும் என்ற பொறுமை காட்ட வேண்டும். தன்னால் அவனை மாற்றமுடியும் என்று அவள் நம்பவேண்டும். அவன் வழியிலேயே போய் அவனைத் திருப்ப முடியும். எனவே, அவனிடம் வெறுப்பு கொள்ளாமல், விபரீதமாய் எந்த முடிவுக்கும் வராமல் அவள் நிதானமாய் நடந்துகொள்ள வேண்டும்.

கணவன் மனைவிக்குள் விட்டுக்கொடுக்கிற போக்கு முக்கியம். போதிய மனப் பக்குவம் இருந்தால் மட்டுமே அது சாத்தியம்.

சரியான வார்த்தைகளில் தனது எண்ணங்களை வெளிப் படுத்துவதும், சரியான நேரத்தில் சரியான முறையில் தனது உணர்வுகளை பகிர்ந்துகொள்வதும் நேசத்தை வளர்க்கும்.

உங்களிடம் உள்ள ஒப்பற்ற தன்மைகளை அடையாளம் காணுங்கள், வெளிப்படுத்துங்கள். கணவனின் பிரியத்தைச் சம்பாதிக்கும் முயற்சியில் கட்டாயம் வெற்றி பெறுவீர்கள்.

பணமா, பாசமா?

'வீடு என்பது செங்கற்களால் கட்டப்படுவதல்ல, அன்பால் கட்டப்படுவது' என்பார்கள். ஆனால், பல வீடுகளில் இருவரும் ஒன்றாக வசித்துக்கொண்டு இருவேறு வாழ்க்கையை வாழ்கிறார்கள்.

எண்ணங்களைப் பகிர்ந்துகொள்ளாத, உணர்வுகளை மதிக்காத இருவரிடையில் நேசம் எப்படி வளரமுடியும்?

இருவரும் ஒன்றாயிருக்கும் நேரம் முக்கியம். உங்கள் வாழ்க்கைத் துணைக்காக உங்கள் நேரத்தில் கணிசமான ஒரு பகுதியை நீங்கள் ஒதுக்க வேண்டும்.

'நேசம் இருந்தால் நேரம் கிடைக்கும்
நேரம் கிடைத்தால் நேசம் வளரும்'

விருப்பமில்லாத பெண்ணுடன் தன் வாழ்க்கையைப் பகிர்ந்து கொண்ட ஆண், வேண்டாத விருந்தாளியை ஏற்க நேரிட்ட மனநிலையில் இருப்பான். மனைவி தன்னுடைய ரசனைக்கேற்றவளல்ல என்று கருத்தில் கொள்கிறவனால் எப்படி அவளை நேசிக்க முடியும்?

சலிப்பு, ஏமாற்றம், விரக்தி, குற்ற உணர்வு கொண்டவர்களால் தங்கள் வாழ்க்கைத் துணையை உண்மையாய் நேசிக்க முடியாது. அவர்கள்கூட கூடுமானவரை சேர்ந்திருக்கும் நேரத்தைத் தவிர்க்கவே முனைவார்கள்.

சில ஆண்களுக்கு வேலைதான் முதல் பெண்டாட்டி. துறைசார்ந்த தேர்வு, பயிற்சி, பதவி உயர்வு என்றே தனது நேரத்தில் பெரும்பகுதியைச் செலவிடுவார்கள்.

சிலருக்கோ பணம் குவிப்பதில் மோகம். எந்தெந்த வழிகளில் பணம் சம்பாதிக்கலாம், எங்கெங்கே அவற்றை முதலீடு செய்யலாம் என்பதிலேயே இரவும் பகலும் குறியாயிருப்பார்கள். இவர்களில் சிலர் பெரும்பாலான நாட்களும் தொழிலை முன்னிட்டு வெளியூர்ப் பயணங்களை மேற்கொள்பவர்களாக இருப்பார்கள். உள்ளூரில் இருந்தாலும் நேரத்தில் பெரும்பகுதி வெளியிலேயே கழிந்துவிடும். கட்டிலில் பெண்டாட்டியுடன் படுத்திருக்கும்போதுகூட இவர்களுடைய சிந்தனை பங்குச் சந்தையையே சுற்றிவரும்.

கொஞ்சகாலத்துக்கு முன் ஆங்கில மாத இதழில் வெளியான ஒரு கட்டுரைச் சுருக்கத்தை இங்கே குறிப்பிட வேண்டும்.

'ரியல் எஸ்டேட் தொழில் செய்கிற ஒருவர், மிஸ்டர். எக்ஸ் என்று வைத்துக் கொள்ளுங்களேன். வீட்டு மனைகளை விற்பனை செய்வதோடு, வீடு கட்டி விற்பவராகவும் இருந்தார். தொழிலில் வலுவாகக் காலூன்றியபின், வெளியூர்களிலும் தொழிலை விரிவுபடுத்தினார்.

அதன் விளைவு? பணம் கொட்டோ கொட்டென்று கொட்டியது. ஆனால், அவருக்கு குடும்பத்துடன் ஒன்றாக இருக்க முடிந்த நேரம் மிகக்குறைவு.

மனைவியும், குழந்தைகளும் அவரைப் பார்க்க முடியாமல் ஏங்கிப் போயினர்.

மிஸ்டர் எக்ஸ் குவித்த பணத்தில் பெரும்பகுதியை அவர் இழக்கும்படி ஆயிற்று.

தொழிலில் தேக்க நிலை, பார்ட்னர்களின் மோசடி இவற்றால் பெருமளவு பாதிக்கப்பட்டார் அவர். ஒருகட்டத்தில் ஒரேயடியாய் தொழிலுக்கு முழுக்குப் போட்டுவிட்டு, ஓரளவு பணத்துடன் வீடு திரும்பினார். ஆனால், குடும்பத்தில் இவருக்கு வரவேற்பில்லை. அவர்கள் இவரை நிராகரித்து விட்டனர்.

பணம் முக்கியம், அதைவிட முக்கியம் அன்பு. தங்களுக்காக நேரம் ஒதுக்காத கணவனை எப்படி மனைவியும் தந்தையை எப்படி குழந்தைகளும் ஏற்றுக் கொள்வார்கள்.

தன் கணவன் மற்ற நடவடிக்கைகளுக்காகச் செலவிடும் நேரத்தையும், தன்னோடு செலவிடும் நேரத்தையும் மனைவி ஒப்பிட்டுப் பார்க்கவே செய்வாள். கணவன் மனைவிக்கிடையே உறவு சீர்குலையவும், மகிழ்ச்சி குறையவும் கணவனின் அலட்சியப் போக்கே காரணமாகிவிடுகிறது.

சில வீடுகளில் மனைவியே கணவனுடன் ஒன்றாக இருக்கும் நேரங்களைத் தவிர்க்க முனைவாள். அவள் வீட்டிலும் அலுவலகத்திலும் நாள் முழுக்க வேலை பார்த்து உடலும், மனதும் சோர்ந்து விட்டிருக்கும். குழந்தைகளின் படிப்பு, வேலை, திருமணம் என்று பலவும் அவளுடைய நேரத்தையும் கவனத்தையும் பங்குபோட்டுக் கொள்ளும். ஆனால், அவள் ஒன்றைப் புரிந்துகொள்ள வேண்டும். 'கணவன் மனைவி உறவு வாழ்க்கை நெடுகிலும் பராமரிக்கப்பட வேண்டியது, எந்தக் காரணத் துக்காகவும் அந்த உறவில் தொய்வு ஏற்பட்டுவிடக் கூடாது' என்பதை.

இன்றைய வாழ்க்கை முறை பரபரப்பானது. இதில் கணவன் மனைவி இருவருக்கும் கிடைக்கும் நேரமே குறைவு. அந்த நேரத்தை சரிவரப் பயன்படுத்திக் கொள்கிற ஆர்வம் அவர்களுக்கு இருக்கவேண்டும்.

'ஓ! எங்களுக்கு நேரம் இல்லை' என்கிற பலரும் நேரத்தை ஒதுக்க விரும்பாதவராகவோ, நேரத்தைக் கையாளத் தெரியாதவ ராகவோதான் இருப்பார். குடும்ப மகிழ்ச்சியிலும், நல்லுறவிலும் அக்கறை கொண்டவரால் நிச்சயம் அதற்கான நேரத்தைக் கண்டு பிடித்துக்கொள்ள முடியும்.

சி.எஸ். தேவநாதன்

22

மனதாரப் பாராட்டுங்கள்

அலுவலகத்திலும், தொழிலகத்திலும் பணியாளர்களின் ஆக்கத் திறனுக்காக, புதிய ஒன்றைக் கண்டுபிடித்ததற்காக, புதுமைகளைப் புகுத்தியதற்காக நிர்வாக மேலிடம் அவர்களைப் பாராட்டும். சமயத்தில் அத்தகைய பாராட்டு உங்களுக்கும் கிடைத்திருக்கக் கூடும். அல்லது நீங்களே ஏதாவது விழாக்களில் மற்றவர்களைப் பாராட்டுகிற வாய்ப்பைப் பெற்றிருப்பீர்கள்.

பாராட்டைப் பெறுகிறவருக்கு தன்னைப் பாராட்டுகிறவர்மீது தனி மதிப்பும், பற்றுறுதியும் ஏற்படும். அதேபோன்று தன்னைக் குறைத்து மதிப்பிடுகிறவரை அவர் வெறுக்கவும் செய்வார்.

நல்லதா, நாலு வார்த்தை பேசுங்களேன்

பாராட்டு ஒரு செயலைச் சிறப்பாகச் செய்து முடித்ததற்கான அங்கீகாரம் மட்டுமல்ல, அதுபோல் பலவற்றைச் செய்வதற்கான உந்துசக்தியும் கூட. உங்கள் திறமையை நீங்கள் முழுமையாகப் பயன்படுத்தி உங்களுடைய பணியை நேர்த்தியாகச் செய்து முடித்திருப்பீர்கள். அதன்மூலம் பல நற்பயன்களும் விளைந்திருக்கும். அந்நிலையில் உங்கள் உழைப்பை சம்பந்தப்பட்டவர்கள் பாராட்டவேண்டும் என்று நீங்கள் எதிர்பார்ப்பது தவறில்லை. பாராட்டு உங்கள் உற்சாகத்தை

அதிகரிக்கும், உங்களுக்குக் கூடுதல் பலத்தை வழங்கும். அத்துடன் அது உங்களை மேலும் பொறுப்புணர்வோடு இயங்கச் செய்யும்.

இதுவெல்லாம் அலுவலகத்துக்கும், தொழிலகத்துக்கும் மட்டுமல்ல வீட்டுக்கும் பொருந்தும்.

கணவனிடம் இருந்து மனைவியும் மனைவியிடம் இருந்து கணவனும் நாலு நல்ல வார்த்தையை எதிர்பார்ப்பது இயல்புதான்.

உங்கள் கணவர் முசுடாகவோ, முரட்டுத்தனமாய் நடந்து கொள்பவராய் இருக்கலாம். அவருடைய போக்கு உங்களுக்கு எரிச்சலூட்டவும் கூடும். ஆனால், அவர் செய்கிற நல்ல காரியங்களை, அலுவலகத்தில் அவருக்குக் கிடைக்கிற பதவி உயர்வை, தொழிலில் பெறுகிற வெற்றியை மனமாரப் பாராட்டுங்கள். அதையும் உரிய நேரத்தில் நீங்கள் செய்துவிட்டால் உங்கள்மீது தனி மதிப்பே அவருக்கு ஏற்பட்டுவிடும், மதிப்பு மட்டுமல்ல அளவற்ற அன்பும்.

உங்கள் மனைவியின் முன்னிலையில் வேறொரு பெண்ணை உயர்த்திப் பேசாதீர்கள். அதேபோல் உறவுக்காரர்கள், நண்பர்கள் மத்தியில் மனைவியை மட்டம் தட்டுவதும் நீங்கள் செய்யக்கூடாத காரியம். அந்தநேரம் அவர் எதிர்மறை புரியாதிருக்கலாம். ஆனால், தன் மனதுக்குள் அவர் காயப்படுவார் அல்லது வன்மத்தை வளர்த்துக் கொள்வார்.

மோசமான விமர்சனமும், அவமதித்தலும் ஒருவருடைய ஒழுங்குமுறையைக் குலைத்துவிடும். உங்கள் வாழ்க்கைத் துணையை நீங்கள் நிலைகுலையச் செய்வது எந்தவிதத்தில் நியாயமாகும்? வார்த்தையில் மட்டுமல்ல முகக்குறிப்பில்கூட இழிவுபடுத்தி விடாதீர்கள். அது அவருக்கும் உங்களுக்கும் இடையே பெரிய இடைவெளியை ஏற்படுத்திவிடும்.

சில பெண்கள் தங்கள் கணவரின் ஆடைகளையும், பெட்டி களையும் சோதனை போடுவார்கள்.

‘ஆமா, சிங்கப்பூர் போனது நீங்க மட்டுமா, உங்க செக்ரட்டரியும் கூட வந்தாளா?’

‘போனவாரம் ‘பேங்க்’லருந்து அம்பதாயிரம் ‘ட்ரா’ பண்ணிருக் கீங்களே, அப்படியென்ன பெரிய செலவு?’

என்கிற மாதிரி கணவனை குறுக்கு விசாரணை செய்வார்கள்.

கணவர் 'பர்ப்யூம்' பயன்படுத்துவதைப் பார்த்து விபரீதமாய் எதையும் ஊகிக்கக்கூடாது. நடுத்தர வயதில் இளமையாய் தோன்ற (முதுமையை மறைக்க) அத்தகைய முயற்சிகளை பலரும் மேற் கொள்ளவே செய்கிறார்கள், கலர்கலராய் ஷர்ட்டுகள், விலையுயர்ந்த ஷுக்கள் போன்று.

'ம்... என்ன ஸ்பெஷலாய் தெரியுது, யாருக்காகவோ?' என்று கேட்பது எந்தப் பயனையும் தராது. மாறாக, 'வாவ், இந்த சூட்ல அமர்க்களப்படுத்தறீங்க. பத்து வயசு குறைஞ்சாச்சு!' என்று பாராட்டு கிறபோது அவருக்கு அப்படியே பறக்கத் தோன்றும், இரு கைகளில் மனைவியையும் வாரி அணைத்துக்கொண்டு.

இல்லத்தரசிகளுக்கு ஒரு வார்த்தை, 'உங்கள் கணவரின் செயல் களைப் பாராட்டுவதன்மூலம் அவருடைய தன்னம்பிக்கையை நீங்கள் அதிகரிக்க முடியும். அவரது வேலையை வேலையின் முக்கியத்துவத்தை ஒருபோதும் குறைத்து மதிப்பிடாதீர்கள். உங்கள் பாராட்டு வார்த்தைகளில் தான் இருக்க வேண்டும் என்பதில்லை, உங்களுடைய முகபாவனை களிலும் அங்க அசைவுகளிலும்கூட அதை நீங்கள் தெரிவிக்க முடியும்.

23

பேசுங்கள், கேளுங்கள்

காதலிக்கிற காலத்திலும் சரி, கல்யாணமான புதிதிலும் சரி தேனாய் இனித்த பேச்சு பிறகு தீயாகிச் சுட்டெரிக்கும்.

திருமணமாகி ஒரு நாலைந்து ஆண்டுகள் கழிந்தபின் பேச்சு தனது சுவாரசியத்தை இழந்துவிடும். அதற்குக் காரணம் கணவன்மீது மனைவிக்கோ, மனைவி மீது கணவனுக்கோ ஆர்வம் குறையத் தொடங்குவதுதான். இதன் அடிப்படையை ஆராய முற்பட்டால், ‘மணவாழ்க்கை என்பது சுகமா, சுமையா?’ என்று பட்டிமன்றமே நடத்த வேண்டியிருக்கும்.

வேலைப்பளு, பணப்பற்றாக்குறை, குழந்தைகளின் படிப்புச் செலவு, மருத்துவச் செலவு, அப்பப்பா ஏதோ காலம் ஓடுது, மூச்சுவிட முடியுறதே பெரும்பாடு என்பார்கள். இதில் ஓய்வாக உட்கார்ந்து நானும் அவளும் பேச நேரமேயில்லை, ‘நல்லாப் பேசி நாளாச்சு’ என்று பெருமூச்சு விடுவார்கள்.

‘வாயைத் திறந்தாலே சண்டைல முடியறது. அதைவிட பேசாம இருக்கறதே பெட்டர்’ என்பாள் மனைவி.

இவர்கள் விரும்பியோ விரும்பாமலோ வீட்டுக்குள் ஒரு மவுனம் நிலவிக் கொண்டிருக்கும்.

ஆனால், சிலருடைய மணவாழ்வில் மட்டும் 'வசந்தம் முந்நூற்றி அறுபத்தி ஐந்து நாளிலும்' என்று சொல்லும்படி இருக்கும்.

சிரிப்பும், பேச்சும் உயிரோட்டம்

எங்கள் பக்கத்து வீட்டு பரந்தாமனுக்கு கல்யாணமாகி ஏழெட்டு வருசமாகிறது. கணவன் மனைவி இருவரும் மணநாளின் உற்சாகமும் மகிழ்ச்சியும் சற்றும் குறையாமல் வளைய வந்து கொண்டிருக்கிறார்கள். தினமும் எப்படிப் பேசிக் கொள்கிறார்களோ தெரியாது, விடுமுறை நாட்களில் பேச்சுக்கு ஓய்வேயில்லை என்பது நன்றாகத் தெரியும்.

பகல் முழுக்க ஒருவரை மற்றவர் அழைத்தபடி இருப்பார்கள். இரவு தொலைக்காட்சி நிகழ்ச்சிகளை விமர்சித்தபடி இடையிடையே உரக்கச் சிரித்து வைப்பார்கள்.

பேசுவதற்கா விஷயமில்லை, இரண்டு குழந்தைகள். குழந்தை களின் பால்புட்டி, பொம்மை, அழுகை, சிரிப்பு எல்லாம்கூட பேசுபொருளாகிவிடும் அவர்களுக்கு.

பொதுவாகக் குழந்தைகள் பிறந்துவிட்டாலே பெற்றோர் 'பிஸி'யாகி விடுவார்கள். உணர்வுரீதியாக ஒரு விலகல் அல்லது இடைவெளி ஏற்பட்டுவிட்டிருக்கும். பிறகு அந்த இடைவெளியை இட்டு நிரப்புவது கடினம். முயன்றால் சரிசெய்து கொண்டு விடலாம். ஆனால், பெரும்பாலானவர்கள் முயல்வதில்லை வாழ்க்கை எந்திரகதியாகி விடும்.

இங்கே பேச்சு பற்றி சொல்லியாக வேண்டும். 'சொற்கள் நம்மைத் தொடர்பில் வைத்திருப்பவை. வார்த்தைகள் வசியம் மிக்கவை'.

மகிழ்ச்சிகரமானதோ, வருத்தமானதோ பேசிக்கொள்ள எத்தனை விஷயங்கள் இருவருக்கிடையில்.

'என்ன, இன்னைக்கு வேலை கடுமையா?'

'ஏன் ஒருமாதிரி இருக்கே, தலையை வலிக்கிறதா?'

ஒரு கேள்விதான். ஆனால் அதில் அன்பு, அக்கறை, பரிவு எல்லாம் இருக்கிறது. பேச்சு பிணைப்பை ஏற்படுத்துகிறது.

மன இறுக்கத்தை நீக்கி, மகிழ்ச்சி தரும் பேச்சு

இன்றைய வாழ்க்கை முறையில் கணவன் மனைவி இருவரும் நன்றாக இருக்கும் நேரங்கள் குறைவு. ஆனாலும் கிடைக்கிற

நேரத்தில் சின்னச் சின்ன வேலைகளைச் சேர்ந்து செய்கிறபோது (சமைத்தல், தோட்ட வேலை, வீட்டை 'க்ளீன்' செய்வது போன்று) உணர்வுகளைப் பகிர்ந்துகொள்ள முடிகிறது.

கணவன் மனைவிக்கிடையில் பேச்சு எதைப்பற்றியது என்பது முக்கியமல்ல, அருகருகாய் இருக்கமுடிகிறதே அதுதான் முக்கியம்.

நடைமுறை வாழ்க்கையில் குழந்தைகள், அலுவலகப் பணி, நிதிப் பிரச்சனை பற்றிய பேச்சு எப்போதும் இருப்பதுதான். விடுமுறை நாட்களில் மன இறுக்கத்தைப் போக்கிக் கொள்கிறமாதிரி பேசி மகிழலாம். காலையில் அருகில் உள்ள 'பிக்னிக்' ஸ்பாட் எதற்காவது சென்று வரலாம். மாலையில் பூங்கா, கடற்கரை என்று போய் வரலாம். இரவுச் சாப்பாட்டை வெளியில் வைத்துக் கொள்ளலாம். பேச்சு அப்போது ஒருவர்மீது ஒருவர் கவனத்தை ஒருமுகப்படுத்திக்கொள்ள உதவும். கணவன் மனைவிக்குப் பிடித்தமானவைகள் பற்றியும், மனைவி கணவனின் ஆர்வத்துக்குரிய விஷயங்களையும் பேசலாம்.

இருவருக்கிடையேயான உரையாடல்கள் ஒருவரை மற்றவர் தாழ்த்திப் பேசுவதாகவோ, குறை கூறுவதாகவோ இருக்கக்கூடாது. இருவருக்கும் மகிழ்ச்சியளிப்பதாய், செயலூக்கத்தை உண்டுபண்ணுவதாய் இருக்க வேண்டும். கணவனும் மனைவியும் மனம் விட்டுப் பேசுவது அவர்களிடையே நம்பகத் தன்மையை பராமரித்து உதவும்.

இணக்கமான சூழ்நிலையில் பேசுங்கள்

தடையின்றி எதையும் பேசமுடிவதுதான் உண்மையான நேசத்துக்கு அடையாளம்.

குடும்பத்தின் நிதிநிலைமை, பால்சார்ந்த தேவை போன்றவற்றைப் பேசுவதில் சங்கடம் இருக்கலாம். சில விஷயங்களைப் பேசுவது சினமூட்டுவதாகி விடும். அந்நிலைகளில், 'பேசறதுக்கு சங்கடமா இருக்கு. ஆனாலும், இப்போ நான் அதைப் பேசியாக வேண்டியிருக்கு' என்று தொடங்கும்போது ஒரு இணக்கமான சூழ்நிலை உருவாகிவிடும். எதிராளி இசைவாக இருந்தால் நீங்கள் எளிதாய் மனம் திறக்க முடியுந்தானே!

விளைவு அறிந்து பேசுங்கள்

அறிஞர்கள் பேச்சு குறித்து நிறையவே கருத்துகளை வழங்கி யிருக்கிறார்கள்.

சி.எஸ். தேவநாதன்

‘முட்டாளின் இதயம் அவனுடைய வாயில் இருக்கிறது. அறிவாளியின் வாய் அவனுடைய இதயத்தில் இருக்கிறது’.

‘பேசாத வார்த்தைக்கு நீங்கள் எஜமான், பேசிய வார்த்தைக்கு நீங்கள் அடிமை’ என்கிற மாதிரி -

வார்த்தைகள் விளைவுகளை ஏற்படுத்தக்கூடியவை என்பதால், வள்ளுவர் ‘யாகாவாராயினும் நாகாக்க...’ என்று எச்சரிக்கிறார்.

வார்த்தைகளைத் தேர்ந்தெடுத்துப் பேசவேண்டும், எதிராளியைக் கவரவும், காயப்படுத்தாதிருக்கவும் வார்த்தைகளை எண்ணியெண்ணிப் (அளவாக, சிந்தித்து) பேசவேண்டும்.

வள்ளுவரின்,

‘இனிய வுளவாக இன்னாத கூறல்
கனியிருப்பக் காய் கவர்ந்தற்று’

என்ற குறள் இதனை உணர்த்துகிறது.

கணவன் மனைவிதான் என்றாலும் அவர்களிடையே ஏற்படும் மனக்கசப்பு, வெறுப்பு, தாழ்வுணர்ச்சி போன்றவை அவர்களைத் தாறுமாறாகப் பேசச் செய்து விடும்.

வள்ளுவர் கேட்கிறார், ‘யாராவது உண்பதற்குச் சுவையான பழம் கிடைக்கும்போது அதை விடுத்து காயை உண்ண முற்படுவார்களா? இன்சொற்கள் ஏராளமாய் இருக்கும்போது நீங்கள் எதற்காக கடுஞ்சொற்களைப் பேசுவது?’ என்று.

ஆணவக்கார கணவன் கூரம்பாய் வார்த்தைகளைப் பிரயோகித்து, பெண்டாட்டியின் இதயத்தைப் புண்படுத்துவான். கண்ணியமற்ற பேச்சு மணவாழ்வின் மகிழ்ச்சியைக் கட்டோடு தொலைத்துவிடும்.

‘தீயைக் கொண்டு தீயை அணைக்க முடியுமா
தீயை அணைக்க நீரல்லவா வேண்டும்?’

கணவன் கோபத்தில் சொல்வது மனைவியையும் கோபப் படுத்திவிடும். அவர்கள் பரிமாறிக் கொள்கிற சூடான வார்த்தைகள் இருவருக்குமிடையே தீராத வெறுப்பை உண்டுபண்ணிவிடும்.

ஒரு பிரச்சனை தீர, பேச்சு உதவும். ஆனால், அந்தப் பேச்சு முறையாக இல்லாவிடில், அதுவே புதிதாய் இன்னொரு பிரச்சனையை உண்டுபண்ணிவிடும்.

ஒருவருடைய கருத்துக்கு மற்றவர் மதிப்பளிக்க வேண்டும். ஒருவர் தன்னுடைய கருத்தை மற்றவர்மீது திணிக்கக்கூடாது.

'தீயினால் சுட்ட புண் உள்ளாறும், ஆறாதே
நாவினால் சுட்ட வடு'

- குறட்பா இரண்டு வரிதான் என்றாலும் எத்தனை அழகாய், அழுத்தமாய் வாழ்க்கை நெறியை நம்முள் பதிய வைக்கிறது!

பேச்சு அன்பை வளர்ப்பதாக இருக்கவேண்டும், வம்பை வளர்ப்பதாய் இருந்துவிடக் கூடாது.

உங்களுடைய எண்ணங்களை, உணர்ச்சிகளை, விருப்பங்களை, எதிர்பார்ப்புகளை வெளிப்படுத்த பேச்சு ஒரு சாதனம். சொற்களைத் தேர்ந்து பேசுவதன்மூலம் உங்களிடையேயான (கணவன் மனைவி) நல்லுறவை மணவாழ்வின் மகிழ்ச்சியை நீங்கள் பாதுகாத்துக்கொள்ள முடியும்.

கேட்டலும் முக்கியம், கவனமாய்க் கேளுங்கள்

பேச்சு போலவே கேட்பதும் முக்கியம். 'குறைவாகப் பேசி நிறையக் கேள்' என்பார்கள்.

'நீ சொல்லி நான் என்ன கேட்பது, எல்லாம் எனக்குத் தெரியும்' என்கிற மனோபாவம் கணவனிடம் இருக்கும்.

'என் பேச்சை அவர் காதில் போட்டுக்கறதேயில்லை' என்று மனைவி குறைப்பட்டுக் கொள்வாள்.

உங்கள் வாழ்க்கைத்துணை சொல்வதைக் கவனமுடனும், பொறுமையுடனும் கேளுங்கள். இடைமறித்துப் பேசுவது அவரை அலட்சியப்படுத்துகிற செயலாகிவிடும்.

உங்களுடைய கருத்தை, ஆலோசனையை உங்களிடம் கோரப்பட்டாலன்றி நீங்களாக முன்வைக்க வேண்டாம்.

எதிராளியை பேசவிட்டுக் கேளுங்கள். அப்போதுதான் அவருடைய கவலையை, எதிர்ப்பை, பிரியத்தை, பிரச்சனையை நீங்கள் முழுமை யாகப் புரிந்துகொள்ள முடியும். அவருடைய பேச்சை முழுமையாய் கேட்டபின்பே ஒரு சரியான கருத்தை நீங்கள் உருவாக்கிக்கொள்ளவும், அடுத்தகட்ட நடவடிக்கையைத் தீர்மானிக்கவும் முடியும்.

உங்கள் மனதைச் சமநிலையில் வைத்துக்கொண்டு கேளுங்கள். உணர்வெழுச்சிக்குள்ளாகி விடாதீர்கள். பேசுபவரும், கேட்பவரும் இணக்கத்தன்மையை, இசைவான சூழ்நிலையைப் பராமரிக்க வேண்டும்.

நீங்கள் கவனமாகக் கேட்கிறபோதுதான் உங்கள் வாழ்க்கைத் துணையின் பேச்சை மட்டுமன்றி, மனதையும் புரிந்துகொள்ள முடியும். எதிராளியைப் பேசவிட்டு, நீங்கள் கவனமாய்க் கேட்பதன் மூலம் அவர்மீது உங்களுக்குள்ள மதிப்பை அவருக்கு உணர்த்தி விடுகிறீர்கள். அவரும், தம்முடைய பேச்சு நன்றாகப் புரிந்து கொள்ளப்படுகிறது, ஏற்கப்படுகிறது என்ற உணர்வை அடைகிறார்.

24

ஒன்றாகச் செலவிடும் நேரங்கள்

'நாங்க மனம்விட்டுப் பேசி நாளாச்சு' என்று குறைப்படுவாள் மனைவி. 'என்ன செய்யட்டும், நிற்க நேரமில்லை, ஓடிட்டேருக்கேன்' என்பான் கணவன். பரபரப்பான இன்றைய வாழ்க்கை முறையில் எல்லாமே எந்திரகதியாகி விட்டது.

'என் கணவர் என்னைப் பயன்படுத்திக்கறதோடு சரி' என்பது மனைவியின் வருத்தம்.

'நான் என்ன நினைக்கிறேன், என்னோட உணர்வுகள் எப்படியிருக்கு என்றெல்லாம் அவள் கவலைப்படுவதே இல்லை' என்பது கணவனின் குற்றச்சாட்டு.

மணவாழ்க்கை மகிழ்ச்சியற்றுப் போவதற்கு முக்கியக் காரணம் கணவன் மனைவிக்கிடையே கருத்துப் பகிர்வு (தகவல் தொடர்பு) இல்லாமைதான்.

'நான் அவரைப் புரிந்துகொள்ள வேண்டும், அவர் என்னைப் புரிந்துகொள்ள வேண்டும்' என்கிற எண்ணமோ முயற்சியோ இருவரிடமும் இல்லை என்பதுதான் பிரச்சனை.

கணவனை மனைவி புரிந்துகொள்ளவும், மனைவியை கணவன் புரிந்துகொள்ளவும் கண்டிப்பாய்

கால அவகாசம் தேவைப்படும். அவரவருக்கும் அலுவலகப் பணி, குடும்ப காரியங்கள், சமூகக் கடமைகள் இருக்கின்றன. புறவுலகம் நேரத்தைப் பெருமளவில் அபகரித்துக் கொண்டு விட்டால் அகவுலகம் சூன்யமாகி விடும்.

வாழ்க்கை நம்மை சுவாரசியப்படுத்துவதில்லை. நாம்தான் வாழ்க்கையைச் சுவாரசியமுடையதாக்கிக் கொள்ள வேண்டும்.

அலுவலகத்திலும் சரி, வீட்டிலும் சரி நம்முடைய நேரத்தை கணிசமாய் மிச்சப்படுத்த உபகரணங்களும், சாதனங்களும் இருக்கின்றன. கையில் உள்ள நேரத்தை பயனுள்ள முறையில் செலவிடுவதும், கண்டபடி வீணடிப்பதும் அவரவரின் நேர மேலாண்மையைப் பொறுத்தது. உங்கள் வாழ்க்கைத் துணைக்காக ஒருநாளில் எவ்வளவு நேரம் ஒதுக்குகிறீர்கள் என்று நீங்களே கணக்கிட்டுப் பாருங்கள்.

கணவர் தன்னுடன் இருக்கும் நேரத்தை கோபப்பட்டும், குறை பேசியும் வீணடிக்கிற மனைவி எப்படி விவேகமுடையவளாயிருப்பாள்? கிடைக்கிற நேரத்தை மகிழ்ச்சியாகச் செலவிடாமல், சண்டையிட்டுக் கொள்வதால் அதுவரை ஏனோதானோவென்று இருந்த பேச்சு ஒரேயடியாய் நின்றுபோகும்.

தன் கணவரின் அலுவலகக் கடமைகள் எந்த அளவு நேரத்தை விழுங்கும், அவர் கையில் எவ்வளவு நேரம் மிச்சமிருக்கும் என்பதை மனைவி புரிந்துகொள்ள வேண்டும்.

> 'உங்களைச் சுற்றியிருப்பவைகளை
> உங்களால் மாற்ற முடியாவிட்டால்
> உங்கள் மனோபாவத்தை
> நீங்கள் மாற்றிக்கொண்டு விடவேண்டும்'

புதிரான கணவன், புரியாத மனைவி

தன் கணவனின் அலுவல்களைப் புரிந்துகொள்ளாமல் அவனுடைய வளர்ச்சியில் அக்கறை காட்டாமல் இருக்கிற மனைவியுடன், எப்படித்தான் எண்ணங்களையும் திட்டங்களையும் அவன் புரிந்துகொள்வான்?

கணவனிடம் அக்கறை உள்ள மனைவி அவனுடைய முகக் குறிப்புகளையும், குரலின் தொனியையும்கூட நன்கு தெரிந்து வைத்திருப்பாள்.

களைத்துப்போய் வீடு திரும்பும் கணவனிடம் பரிவு காட்டவும், எரிந்து விழுகிறவனிடம் பொறுமையாய் நடந்துகொள்ளவும் அவள்

கற்றிருக்க வேண்டும். கருத்து வேறுபாட்டையும் (உடன்பாடின்மை) அதிருப்தியையும்கூட நன்னயப் பாங்குடன் (Politeful) தெரிவிக்க வேண்டும்.

'சொற்ப கணங்களில் மறைந்து கிடக்கிறது
மணவாழ்வின் அற்புதங்கள்'

'முதலில் எனக்கு மனைவியாயிரு, அடுத்து என் குழந்தை களுக்குத் தாயாக இரு, அத்துடன் வீட்டுத் தலைவியாயிரு' - இதுதான் கணவனின் எதிர்பார்ப்பும், வேண்டுகோளும்.

இன்று, இந்தக் கணம் மட்டுமே உங்கள் கையில் இருக்கிறது. இதனை நீங்கள் சரியாகப் பயன்படுத்த வேண்டும். பத்து நிமிடத்தின் முக்கியத்துவத்தை நீங்கள் குறைத்து மதிப்பிட முடியாது. ஆனால், தன் மனைவியுடன் ஒன்றாய் இருக்கும் நேரங்களைத் தவிர்க்க வேண்டும் (குறைத்துக்கொள்ள வேண்டும்) என்ற நோக்கத்திலேயே சில கணங்கள் தாமதமாய் வீடு திரும்புகிறார்கள் சிலர்.

இன்று மாலைப்பொழுதை எங்கே, யாருடன் கழிப்பது என்று அலுவலகத்தில் இருக்கும்போதே அவர்கள் திட்டமிட்டுக்கொண்டு விடுவார்கள். ஓட்டல், கடற்கரை, க்ளப், சபாவில் நாடகம் அல்லது இசைநிகழ்ச்சி இவர்கள் பட்டியலில் இருக்கும் அல்லது மணிக்கணக்கில் நண்பர்களோடு அரட்டை அல்லது மதுபானம் பருகுவதும் உண்டு.

தங்கள் மனைவியிடம் இவர்களுக்கு என்ன பகையா? வீட்டுச் சூழலில் வெறுப்பா? கேளிக்கைகளில் மோகமா? ஏன் இப்படி நடந்து கொள்கிறார்கள். காரணங்கள் பல -

மனைவி தன்னைவிட உயர்ந்த பதவியில் இருப்பது.
தான் மனைவியால் அலட்சியப்படுத்தப்படும் நிலை.
ஆண்மைக்குறைவு ஏற்பட்டதில் இரவு பற்றிய அச்சம்.
மனைவி மீதான ஆர்வம் குறைந்து போதல்.

- இப்படிச் சொல்லிக்கொண்டே போகலாம்.

ஒரு பிரச்சனை 'உண்டு' என்றால் உண்டுதான், 'இல்லை' என்றால் இல்லைதான். பிரச்சனையில் இருந்து நழுவிச் செல்வதால் அது தீர்ந்துவிடாது.

கணவனைப் புரிந்துகொள்ளாத அல்லது தவறாய் புரிந்து கொள்கிற பெண்ணும் அவனுடன் அதிக நேரம் செலவிடுவதில்லை. தாங்கள் தனித்திருக்கும் நேரங்களை ஏதாவது ஒரு காரணம் காட்டி அவனைத் தவிர்க்க முனைவாள்.

கணவன் மனைவிக்கிடையேயான உறவு கடைசிவரை நல்ல முறையில் பராமரிக்கப்பட வேண்டியது. எந்தவொரு காரணத்துக் காகவும் அந்த உறவில் தொய்வு ஏற்பட்டுவிடக் கூடாது.

இன்றைய நடைமுறை வாழ்க்கையில் கணவன் மனைவி இருவருக்கும் கிடைக்கிற நேரமே குறைவு. அந்த நேரத்தையும் சரிவரப் பயன்படுத்திக் கொள்கிற ஆர்வம் வாழ்க்கைத் துணையிடம் இல்லையென்றால் எப்படி?

உங்கள் கைவசமிருப்பது ஒரு சில நிமிடங்களே என்றாலும் அவற்றை நீங்கள் ஆக்கப்பூர்வமாய் பயன்படுத்த முடியும்.

போற்றத்தக்க தருணங்கள்

பெற்றோருக்கும் குழந்தைகளுக்கும் இடையிலான நெருக்கத்தை விட, கணவனுக்கும் மனைவிக்குமான நெருக்கம் ரொம்பவே ஸ்பெஷல்! அந்தவகையில் அவர்கள் செலவிடுகிற நேரமும்.

இரண்டுமணி நேர விவாதத்தைவிட இருபது நிமிட நேசம் பயனுடையதுதானே.

நேரத்தைப் பயன்படுத்தத் தெரிந்து வைத்திருங்கள். திங்கள் முதல் வெள்ளிவரை கணவனும் மனைவியும் அலுவலகப் பணியில் இருந்து விடுவார்கள். குழந்தைகள் பள்ளிக்குச் சென்றுவிடுவார்கள். ஆனால், சனி ஞாயிறு இரண்டு நாட்களை முக்கிய வேலைகளுக்கும் (வழக்கமான செயல்திட்டத்தில் உட்படாதவை) ஓய்வெடுக்கவும் அவர்கள் பயன்படுத்திக் கொள்ள முடியும்.

இருவரும் ஒரே அறையில் அமர்ந்து புத்தகம் படிக்கவோ, இசை கேட்கவோ செய்யலாம். அந்தநேரத்தில் அவர்களிடையே பேச்சு இல்லாவிட்டாலும் அவர்கள் ஒன்றாக இருப்பதே இனிய அனுபவமாக இருக்கும்.

நீங்கள் கணவருடன் (மனைவி) நேரத்தை ஒன்றாகக் கழிக்க விரும்பினால் நூறு வழிகள். கணவன் கடைக்குச் சென்று வரும்போது, உலவச் செல்லும்போது, ஷேவிங் செய்து கொள்வது, கதவுத் தாழ்ப்பாளை

சரிசெய்வது போன்ற காரியங்களில் ஈடுபட்டிருக்கும்போது உடன் யாரும் இருக்கவேண்டும் என்பதில்லைதான். ஆனால், அந்த நேரங்களில் மனைவி உடனிருப்பது அவர்களுடைய நேசத்தை அதிகரித்து உதவும்.

'வா, பார்க் வரை போய் வருவோம்' என்று கணவன் அழைக்கிற போது, 'எனக்கு வேற வேலை இருக்கு' என்கிற மனைவி எப்படி புத்திசாலியாக இருக்க முடியும்? நல்ல வாய்ப்புக்களை நழுவ விடுகிறவர் முட்டாள்தானே.

ஒரு வேலையை இருவரும் பகிர்ந்து கொள்வது, சில நிமிடங்களை நகைச்சுவையுணர்வுடன் செலவிடுவது பொக்கிஷமாய் நெஞ்சில் வைத்து நெடுங்காலத்துக்குப் போற்றக்கூடிய தருணங்கள் அல்லவா!

25

மகிழ்ச்சியான மணவாழ்க்கை

ரொம்பப்பேர் தங்களுக்குள் மறைந்துகிடக்கும் திறன்களைக் கண்டுகொள்ளாமல் இருக்கிறார்கள். அவர்கள் கண்டுகொண்டிருந்தால் அல்லவா அவற்றை வளர்த்துக் கொள்கிற முனைப்பு அவர்களிடம் இருந்திருக்கும்.

திருமணத்திலும் இதுதான் நடக்கிறது. தங்களுடைய உள்ளார்ந்த ஆற்றலைக் கண்டுகொள்ளாமலும் பயன் படுத்தாமலும் கணவன் மனைவியாகப் பலரும் வாழ்ந்து கொண்டிருக்கிறார்கள். தம்பதிகள் ஒருவருக்கொருவர் ஆதரவாக இருந்து, தங்கள் வாழ்க்கையைப் பகிர்ந்து கொண்டு மகிழ்ச்சியடையவே மணவாழ்க்கையைத் தொடங்குவது. ஆனால், கொஞ்சநாளில் தங்களுடைய உள்ளுறை ஆற்றலை (Potential) அவர்கள் மறந்து போகிறார்கள் அல்லது அவநம்பிக்கை கொண்டு விடுகிறார்கள்.

மறைந்திருக்கும் ஆற்றலின் மகத்துவம்

மணமக்களைப்போல், மணவாழ்க்கையும் இன்றி யமையாத ஆற்றலைத் தன்னுள் கொண்டிருக்கிறது. தற்போது உங்கள் மணவாழ்க்கை ‘பரவாயில்லை’ ரகத்தில் இருந்தாலும் அதை உன்னதமாக்கிக் கொண்டுவிட முடியும். தன்னையே மையமாய்க் கொண்டு எல்லாம் நடக்கவேண்டும் என்று கருதிக் கொள்கிற (சுயநலமுள்ள), எளிதில் கோபப்படக்கூடிய இருவர் எப்படி ஒருவரை

ஒருவர் மகிழ்ச்சியாக வைத்துக் கொள்வார்கள் என்ற கேள்வியெழும். ஆனால், மணவாழ்க்கையின் உள்ளார்ந்த ஆற்றல் அந்த அற்புதத்தை நிகழ்த்தும்.

மணவாழ்க்கையில் உங்கள் வளர்ச்சிக்கும், வளத்துக்குமான வாய்ப்புக்கள் நிறையவே உண்டு.

மணவாழ்க்கை மாற்றம் எதுவும் இல்லாமல் நிலையாக ஒரேமாதிரி இருப்பதில்லை. அது வேகமும் வலிமையும் கொண்ட ஒரு செயல்முறை.

நீங்களும் உங்கள் மனைவியும் வளர்ச்சி அடைகிறீர்கள், பிறகு உங்கள் குழந்தைகளும்.

மணமாகி ஏழெட்டு ஆண்டுகளில், இரண்டு குழந்தைகளும் பிறந்தநிலையில் எழுச்சியற்ற உணர்வே அவர்களிடம் எஞ்சியிருக்கும். மகிழ்ச்சியும் சுறுசுறுப்பும் படிப்படியாக மறையத் தொடங்கும். அதுவரை பளிச்சிட்டிருந்த ஒளி காணாமல் போகும்.

அதிர்ஷ்டவசமாக அதற்கு முந்தைய ஆண்டுகளில் அவர்கள் அனுபவித்த ஆனந்தம் இனிய நினைவுகளாய் அவர்களுக்குள் தங்கி விட்டிருக்கும். ஒருமுறை தின்ற வைக்கோலை பலமுறை அசைபோடுகிற மாட்டைப்போல் தங்கள் வாழ்வின் மற்ற தருணங்களையும் அந்தப் பழைய (பசுமை) நினைவுகளை வைத்தே அவர்கள் அளவிடுகிறார்கள்.

மணவாழ்வின் ஒவ்வொரு நிலையும் அநேக சவால்களை, அச்சங்களை, மகிழ்ச்சிகளை தன்னுள் கொண்டிருக்கும். ஒவ்வொரு கட்டமும் வளர்ச்சிக்கான வாய்ப்பையும் உட்படுத்தியிருக்கும்.

உங்கள் மணவாழ்க்கை அன்பை அடிப்படையாய் கொண்டது. அந்த அன்புக்கு எல்லையே இல்லை.

‘மணவாழ்வின் உள்ளூறை ஆற்றல்
தனியொருவரிடம் இருப்பதல்ல
கணவன் மனைவி என்கிற இருவரின்
இணைப்பில் அது ஊற்றெடுக்கிறது’

மணவாழ்க்கை ஒரு தங்கச் சுரங்கம். அதில் இருவரும் ஒன்றாக இணைந்து அதன் அடியாழத்துக்குச் செல்கிறபோது, அங்கே அவர்கள் கண்டடைகிறவை அவர்களை அளவற்ற வியப்பிலாழ்த்தும்.

உங்கள் தனித்தன்மை

மணவாழ்க்கை என்கிற பந்தத்தில் ஆணும் பெண்ணுமாய் இருவர் இணைகிறார்கள். இரண்டு உடல்கள், இரண்டு இதயங்கள் என்று எல்லாமே இரண்டிரண்டு. எனினும், தாம்பத்தியத்தில் உங்கள் தனித்தன்மையை நீங்கள் வளர்த்துக் கொள்ளவும், பயன்படுத்தவும் இடமிருக்கவே செய்கிறது.

கடவுளின் படைப்பில் ஒவ்வொருவரும் தனித்தனியாகவே படைக்கப்பட்டிருக்கிறோம், தனித்தன்மையோடு.

மணவாழ்க்கையில் நம்மோடு இன்னொருவரை நாம் இணைத்துக் கொண்டாலும், இருவருமே தனித்தனி நபர்கள்தாம்.

முதலில், நீங்கள் நீங்களாக இருந்தால்தான் உங்கள் வாழ்க்கைத் துணையிடம் உங்களை வழங்கமுடியும். ஒரு தனிநபர் என்கிற முறையில், உங்களால் சூழ்நிலைகளை (உங்கள் அறிவையும் அனுபவத்தையும் அடிப்படையாய் கொண்டு) தீர்மானிக்க முடியும். ஆனால், சுயேச்சையான சிந்தனை பிரச்சனைகளைத் தோற்றுவிக்கக்கூடும் என்று சிலர் நினைக்கலாம். ஆனால், உங்களுக்காக நீங்கள் சிந்திக்கத் தவறிவிட்டால் மிகப்பெரிய பிரச்சனைகளை நீங்கள் உருவாக்கிக் கொண்டுவிடக் கூடும்.

சிந்தனை எப்போது பிரச்சனையாகிறது தெரியுமா? நீங்கள் எத்தனை சுதந்திரமானவர், பெருந்தன்மையும் ஆற்றலும் கொண்டவர் என்பதை அடுத்தவருக்கு நிரூபிக்க முற்படுகிறபொழுது. ஆனால், பிரச்சனைக்கு உங்கள் தனித்தன்மை காரணமல்ல, உங்கள் தனித்தன்மை பற்றி எதிராளி கொள்கிற பகையுணர்வுதான்.

உங்களுக்காக நீங்கள் சிந்திப்பதில் தவறில்லை. ஆனால் உங்கள் வாழ்க்கைத்துணை மீது உங்களுடைய கோபத்தைக் கொட்டுவதற்கு அதை நீங்கள் பயன்படுத்திக் கொண்டுவிட முடியாது.

நீங்கள் சுயேச்சையாய் சிந்திப்பதற்கு உங்கள் மனைவியின் அனுமதியை கேட்டுப் பெறவேண்டியிருக்காது. அதேபோன்று அவரும் சுயேச்சையாய் சிந்திப்பதற்கு நீங்கள் சிறப்புச் சலுகையை அளிக்க வேண்டியிருக்கும்.

நீங்கள் ஒற்றுமையுணர்வை இழக்குமளவு உங்களுக்குள் கருத்து வேறுபாடு எழலாம். மணவாழ்வில் அதுபோன்றவையெல்லாம் ரொம்ப சாதாரணம். உங்களை அச்சுறுத்துமளவிற்கு எதுவும் ஆகிவிடாது.

அனுபவித்து உணர்தல்

நாம் எல்லாருமே மனக்கிளர்ச்சி உடையவர்கள். நம் உணர்வுகளை அழுத்தமாய் வெளிப்படுத்தக் கூடியவர்கள்.

உங்கள் ஆளுமையின் முக்கியப்பகுதி உங்களுடைய உணர்வுகள். உங்கள் உணர்வின்மூலம் நெருக்கமான பல கருத்துக்களை உங்கள் வாழ்க்கைத் துணையுடன் நீங்கள் பகிர்ந்துகொள்ள முடியும்.

தகவல் தொடர்பு வல்லுநர்கள் தம்பதிகளுக்குக் கூறும் அறிவுரை இதுதான் - 'உங்கள் எண்ணங்களை, உணர்வுகளை உங்களுடைய வாழ்க்கைத் துணையுடன் பகிர்ந்து கொள்ளுங்கள்'

மணவாழ்வில், நீங்கள் எது சரியென்று உணர்கிறீர்களோ அதைச் செய்யுங்கள். எவ்வித குற்ற உணர்வும் இல்லாமல் அதை நீங்கள் செய்யலாம்.

உங்கள் செயல்களின்மூலம் உங்களுடைய தனித்தன்மையை நீங்கள் வெளிப்படுத்துகிறீர்கள். இருவரும் சேர்ந்து ஒரு காரியத்தைச் செய்கிறபோது உங்களுக்குள் இருக்கும் அன்பும் வெளிப்படுகிறது.

நீங்கள் பெரிய முடிவுகளை எடுக்கிறபோதும், உங்கள் மனைவியுடன் கலந்து ஆலோசியுங்கள். அது ஒன்றும் உங்கள் தனித்தன்மையை பாதித்துவிடாது. அந்தக் கலந்துரையாடல் என்ன நடக்கிறது என்பதை உங்கள் மனைவி புரிந்துகொள்வதற்கு உதவும்.

கடவுள் உங்களைத் தனித்தனியேதான் படைத்தார். நீங்கள் இருவரும் வெவ்வேறாய் இருக்கக் கொண்டுதான் ஒருவர்மீது ஒருவர் காதல் கொள்ள முடிகிறது.

எனவே, நீங்கள் நீங்களாக இருங்கள் உங்கள் தனித்தன்மையுடன்.

வளமான வாழ்விற்கு

மணவாழ்வின் வளத்துக்கு வகை செய்யக்கூடிய சின்னச்சின்ன உத்திகளை, செயல்களை நாம் அலட்சியப்படுத்தி விடுவோம். அந்த அலட்சியத்தால் சமயத்தில் அடித்தளமே ஆட்டம் கண்டுவிடும்.

உங்கள் மணவாழ்க்கையை வலுப்படுத்தவும், வளம்பெறச் செய்யவும் கீழ்க்கண்ட கருத்துக்களை நீங்கள் கவனத்தில் கொள்ளலாம்.

1. வாழ்க்கைத் துணைக்கு மதிப்புக் கொடுத்தல்

உங்கள் வாழ்க்கைத் துணையின் யோசனைகளை அவர் எடுக்கும் முடிவுகளை மதியுங்கள். உங்கள் நோக்குமுறையில் இருந்து

அவருடையது வேறுபட்டிருக்கலாம். ஒரு பிரச்சனையை நீங்கள் பார்க்காத கோணத்தில் அவர் பார்க்கக்கூடும். உங்களுடையதைவிட சிறந்த தீர்வாக அவருடைய தீர்வு அமையக்கூடும். உங்களைவிட உறுதியான, ஆற்றல்மிக்க முடிவை அவர் எடுத்தால் வியப்பதற்கில்லை.

2. தனிமைக்கு முக்கியத்துவம் (தனியுரிமை)

ஒவ்வொருவருக்குள்ளும் அடுத்தவர் எட்டிப்பார்க்க முடியாத ஒரு அந்தரங்கம் (Privacy) இருக்கும். ஆணைப்போலவே பெண்ணுக்கும் தனிமையில் ஓய்வாக இருந்து, தனிமையின் இனிமையை அனுபவிக்கத் தோன்றும். தனிமையே ஒரு தவம்.

மனைவி ஒன்றும் சிறைக்கைதி அல்ல, கூண்டில் சிக்கிக் கிடக்கிற பறவையும் அல்ல. அவள் தனியொரு இடத்தில் இருந்து சிந்திக்கவோ, தனிமையில் உலவி வரவோ விரும்பலாம். 'ஆமா, நீ இவ்வளவு நேரம் எங்கே போனாய்? என்ன செய்து கொண்டிருந்தாய்?' என்று கணவன் குறுக்கு விசாரணை செய்தால் அவன்மீது அவள் வைத்திருந்த நம்பிக்கை அத்தோடு சிதறிப் போகும் (இது மனைவிக்கும் பொருந்தும்).

3. நிதி நிர்வாகம்

உங்கள் வருவாய்க்கு ஏற்ப குடும்பம் நடத்த வேண்டும். செலவுகள் அவசியந்தான். ஆனால் எது தேவை, எது தேவையற்றது என்று இனம் பிரித்துச் செலவுசெய்ய வேண்டும். உபரியாகவோ, விலைமிக்கதாகவோ ஒன்றை வாங்குமுன் உங்கள் கணவனிடம் (மனைவி) கலந்து பேசுங்கள். பைசா விடாமல் எல்லாச் செலவுகளுக்கும் கணக்கு வைத்திருங்கள். இல்லத்தரசி எப்போதும் தன் கையையே எதிர்பார்த்திராதபடிக்கு அவளுடைய வங்கிக் கணக்கில் பணம் போட்டு வைப்பது கணவனின் கடமை. நிதி சார்ந்த வகையில் அவன் மனைவி சுதந்திரம் உடையவளாக இருக்க வேண்டும்.

4. விழிப்புணர்வுடன் முயலுதல்

விழிப்புணர்வுடன் வளர்ச்சிக்கான முயற்சிகளை தொடர்ந்து மேற்கொள்ள வேண்டும். நம்முடைய உடலின் வளர்ச்சிக்கு நாம் பிரத்யேக கவனம் செலுத்த வேண்டியிருக்காது. ஆனால், உணர்ச்சி சார்ந்த வளர்ச்சி தானே நிகழ்வதல்ல.

நிறையப் படித்து, கேட்டு, நம்மைவிட சிறந்த மனிதர்களுடன் பழகி நுட்ப அறிவை வளர்த்துக்கொள்ள வேண்டும். அது நம்முடைய

உள்ளுணர்வை மேம்படுத்த உதவும். சில நேரங்களில் நம் அறிவுக் கெட்டாததையும் உள்ளுணர்வின் (Intuition) துணைகொண்டு நாம் அறிந்துகொள்ள முடியும். தங்கள் உள்ளுணர்வை மட்டுமே நம்புகிற, உள்ளுணர்வால் வழிநடத்தப்படுகிறவர் அநேகம். அலுவலகப் பிரச்சனைகளில் மட்டுமல்ல, குடும்பப் பிரச்சனைகளிலும் உள்ளுணர்வைப் பயன்படுத்தி, தெளிவுகாண முடியும். இக்கட்டான நிலைகளில் இருந்து மீளமுடியும்.

5. அன்பின் இயக்கம்

'நான் உன்னை நேசிக்கிறேன்' என்று சொல்வதற்காக உங்கள் திறனை, உங்களுடைய மனதால் மட்டுமே கட்டுப்படுத்த முடியும். (வேறு யாரும், எதுவும் அதைத் தடுப்பதற்கில்லை).

'நான் உனக்குக் கடமைப்பட்டிருக்கிறேன்' என்கிற ஒரு வார்த்தை போதும் உங்கள் மனைவியை மகிழ்ச்சியில் திளைக்கச் செய்வதற்கு.

'உங்களை மணந்து கொண்டதில் எனக்கு மிகுந்த சந்தோஷம்' என்று மனைவி சொல்கிறபோது தான் பிறவியின் பயனை அடைந்து விட்டதாகவே கணவன் உச்சிகுளிர்ந்து போவான்.

ஆனந்தமாய் வாழும் அழகான குடும்பம்

நல்ல மனிதர் கெட்ட மனிதர், நல்ல பொருள் கெட்ட பொருள் வித்தியாசம் இருக்கிறதுதானே. ஆனந்தமான குடும்பம், அல்லல் படுகிற குடும்பம் என்றும் அவ்வாறே நாம் வேறுபடுத்தி அறியமுடியும்.

வறுமை, ஒற்றுமையின்மை, போதை மருந்து இவை ஒரு குடும்பத்தை அல்லலுக்குள்ளாக்கிவிடும். எது நிம்மதியும் மகிழ்ச்சியும் கொண்டதோ அது ஆனந்தமாய் வாழ்கிற அழகான குடும்பம்.

ஒரு குடும்பம் நலமுடையதாய் உயிரோட்டத்துடன் இருப்பதை கீழ்க்கண்ட அடையாளங்களால் நீங்கள் கண்டுகொள்ளலாம்.

1. குடும்ப உணர்வு

குடும்ப உறுப்பினர்கள் தங்கள் வீட்டில் இருந்தும், உறவினர் களிடம் இருந்தும் தொலைதூரத்தில் இருக்க நேர்ந்தாலும் நெருக்கத்தைத் தொடர்ந்து பராமரிப்பார்கள். தேவையானதைக் கொடுத்துக் கவனிக்கும் தன்மையையும் அவர்களிடம் காணமுடியும். விருந்தோம்பும் நற்பண்பும், பெரியவர்களிடம் காட்டும் அக்கறையும், மரபு சார்ந்த சிறப்புக்களைப் போற்றுவதும், பண்புகளைக் கொண்டிருப்பதும் அவர்களுடைய குடும்ப உணர்விற்கான தனி அடையாளங்கள்.

2. சம்பிரதாயங்கள்

எந்த நாட்டில் இருந்தாலும், குழந்தைகள் பெரியவர்களாய் ஆனபோதும் மதம் சார்ந்த, குடும்ப மரபுகள் சார்ந்த பண்டிகைகளை விடாமல் கொண்டாடுவது, இத்தகைய சம்பிரதாயங்கள் (Traditions) ஒரு நல்ல குடும்பத்தை இயக்கத்தில் வைத்திருக்கும்.

3. கட்டுப்படுத்தும் மையம்

குடும்பத் தலைவர் சொல்வார், 'நாம் எல்லாரும் சேர்ந்திருந்தால், பார்த்துக்கொள்ள முடிந்தால் மகிழ்ச்சி' என்று. நலம் வாய்ந்த குடும்பத்தில் தனித்தனியே பிரிந்து வாழ்வதற்கான திட்டங்கள் மறுக்கப்பட்டுவிடும். குடும்பத்தினர் ஒன்றாகக் கூடியிருக்கும் தருணங்கள் முக்கியத்துவம் பெறும்.

4. குழந்தைகளை மதித்தல்

குடும்பம், தனது ஒவ்வொரு உறுப்பினர்களிடமும் இருந்து அதிகபட்ச பொறுப்புணர்ச்சியை உரிமையுடன் எதிர்பார்க்கும். ஒவ்வொரு குழந்தைக்கும் வீட்டு வேலைகள் பிரித்து வழங்கப்பட்டிருக்கும். இத்தகைய குடும்பத்தை இயக்குவது பெற்றோர் மட்டுமல்ல, பிள்ளைகளுந்தான்.

குடும்பத்தில் மரியாதை ஆட்சிசெய்யும். குழந்தைகள் இழிவு படுத்தப்படுவதில்லை. அவர்களுடைய குறைபாடுகளை மற்றவர்களின் முன்னிலையில் வெளிக்காட்ட மாட்டார்கள். பெரியவர்கள் தவறு செய்து விட்டு தங்கள் பிள்ளைகள் மீது பழிபோடுவது கிடையாது. குழந்தைகள் குடும்பத்தின் ஆக்கவளம் மிக்க அங்கமாக மதிக்கப்படுவார்கள்.

5. கெடுதியான நிலைகளை எதிர்கொள்ளல்

கடுமையான துன்பநிலைகளை ஒட்டுமொத்த குடும்பமும் கூடிநின்று எதிர்கொள்ளும். எந்தவொரு பிரச்சனையிலும் குடும்பத்தின் சுய பிம்பம் (Self Image) உடைந்து நொறுங்க அவர்கள் இடமளிக்க மாட்டார்கள்.

6. பகிர்ந்துகொள்ளும் மனப்பான்மை

மகிழ்ச்சிக்குரிய விஷயங்களை மட்டுமின்றி ஏமாற்றங்கள், தோல்விகள், கனவுகள் இவற்றையும் அவர்கள் ஒருவருக்கொருவர் பகிர்ந்து கொள்கிறார்கள்.

7. சேர்ந்திருக்கும் நேரங்கள்

குடும்ப உறுப்பினர்கள் தங்களிடையேயான நேசத்தை வலுப்படுத்திக்கொள்ள கணிசமாய் நேரம் ஒதுக்குவார்கள். மகிழ்ச்சியற்ற குடும்பத்திலோ ஒருவரையொருவர் பார்க்கப் பிடிக்காமல், விலகிப்போய்க் கொண்டிருப்பார்கள்.

8. நம்பகத்தன்மை

குழந்தைகள் தங்களுடைய பெற்றோர்களிடம் நம்பிக்கை கொண்டிருக்க வேண்டும். பெற்றோர்களும் தங்களுடைய நம்பகத்தன்மையைத் தொடர்ந்து காப்பாற்றிவர வேண்டும். அதேபோன்று தங்கள் குழந்தைகள்மீது பெற்றோர்களுக்கும் நம்பிக்கை இருக்க வேண்டும்.

9. அடையாளம் காணுதல்

சில குடும்பங்களில் பெற்றோர்கள் தங்களால் நடைமுறைப் படுத்தப்படாத கனவுகளை பிள்ளைகள்மீது திணிப்பார்கள். ஆனால் ஆரோக்கியமான குடும்பத்திலோ பிள்ளைகளின் திறமைகள் அடையாளம் காணப்பட்டு, தங்கள் பாதையை அவர்கள் தேர்ந்தெடுத்துக்கொள்ள அனுமதிக்கப்படுவார்கள்.

சி.எஸ். தேவநாதன்

26

வெற்றி இரகசியங்கள்

மகிழ்ச்சியான மணவாழ்க்கைக்கு நிறைய நேரத்தையும், ஆற்றலையும் நாம் முதலீடு செய்யும்படி இருக்குமோ என்று சிலர் நினைக்கலாம். ஆனால், தாம்பத்ய ஆலோசகர்கள் என்ன சொல்கிறார்கள் தெரியுமா? சில உறுதியான செயல்முறைகளே (Precepts) உங்கள் மணவாழ்க்கையின் வெற்றிக்கும் மகிழ்ச்சிக்கும் போதுமானது என்று.

1. மணவாழ்க்கை பொறுப்புணர்வை வேண்டி நிற்பது

உங்கள் வாழ்க்கைத்துணையின் விருப்பங்களைப் புரிந்துகொள்வதற்கு நீங்கள் அவரைக் கூர்ந்து கவனித்துவர வேண்டும்.

மணம் செய்துகொண்ட இருவரும் ஒருவரை ஒருவர் எப்படி நடத்துகிறார்கள் என்பதைப் பொறுத்தே அவர்களுடைய உறவின் தரம் இருக்கும். தம்பதிகள் அறிவார்கள் தங்கள் உறவின் பலம் (வாழ்க்கையை எதிர்கொள்ளும் திறன்) தங்களுடைய கடமையுணர்ச்சி என்பதை. கடமையுணர்ச்சி என்பது பொறுப்புணர்ந்து செயல்படுவது.

2. பாதிப்பு நிலைகளில் உறவைப் பாதுகாத்துக் கொள்ளல்

தாம்பத்ய வாழ்க்கை எப்போதும் மாறாமல், நிலையாக இருப்பதில்லை. ஒன்று வளர்ச்சி அல்லது வீழ்ச்சியை அது எப்போதும் எதிர்கொண்டிருக்கும்.

மணவாழ்வில் மோசமான நிகழ்வுகள் இருக்கும். அவற்றால் பாதிக்கப்படாமல் தங்கள் உறவையும் தங்களையும் தம்பதிகள் பாதுகாத்துக்கொள்ள வேண்டும். தங்கள் மணவாழ்க்கையை மகிழ்ச்சியாக வாழ்பவர்கள் அறிவார்கள், 'புயலுக்குப் பின் உண்டு அமைதி' என்பதை. தங்களுக்குள் அவர்கள் சொல்லிக் கொள்வார்கள், 'எங்கள் வாழ்வின் இனிமை மீண்டும் எங்களை வந்தடையும், எங்களால் முன்பைவிடவும் அழகாய் புன்னகைக்க முடியும்' என்று.

3. சொந்த வலிமை முக்கியம்

உங்கள் இளம்பருவக் கனவுகளை நனவாக்கிக்கொள்ள மணவாழ்க்கை உதவும். ஆனால், உங்கள் குழந்தைப் பருவத்தில் இருந்தே உங்களுக்கு ஏற்பட்டிருக்கும் மனக்காயங்களுக்கு அது மருந்திட முடியாது.

நீங்கள் சுயமாய் எதையும் நிர்வகிக்கும் திறனற்றவராய் இருந்து கொண்டு, உங்கள் துணையின் மூலம் அதைச் சரிசெய்துகொள்ள முனைந்தால், அதில் ஏமாற்றமே மிஞ்சும். உங்கள் பார்ட்னரால் உங்களை ஊக்குவிக்க முடியும். ஆனால், உங்களிடம் சுயபலம் இருந்தால் மட்டுமே அது பயனளிக்கும். அதுவுமல்லாமல் எல்லாவற்றுக்கும் உங்கள் மனைவியையே (கணவரையே) நீங்கள் நம்பிக் கொண்டிருந்தால் அவர் சீற்றமடைவார். உங்களுடைய சொந்த மதிப்பு அல்லது முக்கியத்துவத்துக்கு (Self - worth) நீங்களே பொறுப்பு.

4. ஏற்றுக்கொள்ளும் செயல்முறை

திருமணம், தங்கள் வாழ்க்கைத் துணையை 'மறு உருவாக்கம்' (Re - Make) செய்வதற்காகத் தங்களுக்கு வழங்கப்பட்ட உரிமம் என்று எண்ணிக்கொள்வது முட்டாள்தனம். அது, ஒருவர் வரையத் தொடங்கிய ஓவியத்தை இன்னொருவர் பூர்த்தி செய்வது போலாகிவிடும். சுருங்கக்கூறின், 'உங்கள் பார்ட்னரை உங்களுடைய விருப்பத்துக்கு மாற்றியமைக்க முயலாதீர்கள். அது அவருடைய உயர்தன்மைகளை (நீங்கள் அவரை நேசிப்பதற்குக் காரணமானவை) சிதைத்துவிடும்.

உங்கள் வாழ்க்கைத்துணையை அவருடைய குறைகளோடு நீங்கள் ஏற்றுக்கொள்ளுங்கள். மகிழ்ச்சியாக வாழும் தம்பதிகள் அதைத்தான் செய்கிறார்கள்.

5. மாற்றங்களை வரவேற்றுக் கொள்ளல்

நம்மில் பலரும், 'உறுதியான உறவு என்பது எப்போதும் மாறாமல் இருப்பது' என்று நம்பிக் கொண்டிருக்கிறோம். உண்மையில்,

மணவாழ்வின் மாற்றங்கள் தவிர்க்க இயலாதவை. தங்கள் அன்பிற்குத் தாக்குப்பிடிக்கும் வலிமை இல்லை என்று நம்புகிற தம்பதிகள்தான் மாற்றங்களை எதிர்கொள்ளத் தயங்குவது. நேர்மறை மனோபாவமும், சகிப்புத்தன்மையும் கொண்ட தம்பதிகள் மாற்றங்களை ஏற்குமளவிற்கு நெகிழ்வுத்தன்மை கொண்டவர்களாயிருப்பார்கள்.

உங்களுக்கும் உங்கள் மனைவிக்கும் இடையேயான நம்பிக்கையும், அன்பும் போதிய வலிமை கொண்டது என்று நீங்கள் நம்பவேண்டும். அந்த அன்பு ஒருவரையொருவர் பெரிய அளவில் மதிக்கவும், ஒருவரின் வளர்ச்சிக்கு மற்றவர் உதவவும் கூடியது என்று நம்புங்கள்.

6. உங்கள் தவறை ஒப்புக்கொள்ளுங்கள்

நம்முடைய வெற்றி கைநழுவிப் போவதற்கும், மகிழ்ச்சியை நாம் இழப்பதற்கும் நம் கவனமின்மையே காரணம். ஆனால், நாமோ 'என்னுடைய மகிழ்ச்சி கெடுவதற்கு நீதான் காரணம்' என்று மனைவியைப் (கணவன்) பழித்துப் பேசுவோம்.

நம்முடைய தவறை ஒப்புக் கொள்வதைவிட, அடுத்தவரிடம் குற்றம் கண்டுபிடிப்பதும், அவர்மீது பழி போடுவதும் நமக்கு எளிதாய்த் தெரிகிறது.

'குறை கூறுதல்' என்கிற பொறியில் அகப்பட்டுக் கொள்ளாதீர்கள். உங்கள் வாழ்வின் தரத்துக்கு (உயர்வு, தாழ்வு) நீங்களே பொறுப் பேற்றுக் கொள்ளுங்கள். அது உங்கள் இருவரின் மகிழ்ச்சியையும் நிலைப்படுத்தும்.

7. தன்னலமற்ற அன்பு

அன்பின் முதிர்ச்சிக்கு தருவதிலும் பெறுவதிலும் ஒரு சமநிலை தேவைப்படும். சுயநலமற்றிருப்பதே அன்பின் உண்மைத்தன்மை (Essence) ஆகும்.

ஒரு கணவன் தன்னுடைய தேவைகளை இரண்டாம் இடத்தில் வைத்துவிட்டு மனைவியின் தேவைகளுக்கு முதன்மையளிப்பான். பெறுவதைவிடவும் தருவதே மனநிறைவளிக்கும் என்று அவன் கருதிக் கொள்வான். அதுவே உண்மையான அன்பின் அடையாளம்.

கொடுப்பது நல்லெண்ணப் பரிமாற்றத்தை (Reciprocity) ஊக்குவிக்கும். கொடுத்தல், தொடர்பின்மூலம் ஒருவரிடம் இருந்து மற்றவருக்குப் பரவக்கூடியது. ஆனால் பிரதியாக ஒன்றைப் பெறுகிற எண்ணத்துடன் கொடுப்பது அன்பற்ற செய்கை ஆகும்.

8. மன்னிக்கும் செயல்

ஒருவரையொருவர் ஏமாற்றுவதும், மனதைப் புண்படுத்துவதும் மணவாழ்வில் நடக்கத்தான் நடக்கிறது. விளைவு? பாதிக்கப்பட்டவர் ஒன்று மனதுக்குள் குமுறிக் கொண்டிருப்பார், அல்லது உடனே மன்னித்து அதை மறந்து விடுவார்.

'மன்னிக்கும் மாண்புடையவர்கள்
அன்பை நிலைப்படுத்திக் கொண்டு விடுவார்கள்'

நீங்கள் மன்னிக்கிறபோது உங்கள் கோபமும் மனவேதனையும் வெளியேற்றப்பட்டு விடுகிறது. மன்னிப்பதன் மூலம் மங்கி மறைய விருந்த உறவைச் செழித்து வளம் பெறச் செய்யலாம்.

'உங்கள் சுயமதிப்பையும், கண்ணியத்தையும், நேர்மையையும் உயர்த்திக் கொள்ளும் விதமாக சரியான முறையில் நடந்து கொள்ளுங்கள். இந்த அன்பின் விதி உங்களைப் போலவே உங்கள் வாழ்க்கைத் துணைக்கும் பொருந்தும்.

மணவாழ்வின் வெற்றிக்கு

மணவாழ்க்கை வெற்றிகரமாக அமையவேண்டும் என்றால், மணவாழ்வில் தோற்காமல் இருப்பதற்கு என்ன வழி என்பதையும் நாம் ஆராய்ந்து கொள்ளும்படி இருக்கும்.

மாணவப் பருவத்தில் தேர்வில் அதிக மதிப்பெண் பெறுவதற்காக உழைத்துப் படித்திருப்போம். பணிபுரிவதிலோ, தொழில் முனைவதிலோ உயர்வுகாண கடுமையாய் உழைத்திருப்போம். மணவாழ்வின் வெற்றிக்கும் அதுபோல் பாடுபட வேண்டியிருக்கும்.

'நான்' என்கிற தன்முனைப்பு ஆணைப்போலவே பெண்ணுக்கும் உண்டு. தன் அழகு, படிப்பு, குடும்பப் பின்னணி பற்றி இருவருமே பெருமித உணர்வு கொண்டிருப்பார்கள். அவர்கள் மணவாழ்வில் காலடி வைத்தபின் தங்களுக்குள் (கணவன், மனைவி) ஏற்படுகிற சின்னச்சின்ன கருத்து மோதல்களையும் தங்களில் யார் பெரியவர் என்பதை நிரூபிக்கும் வாய்ப்பாகப் பயன்படுத்துவார்கள்.

கணவன் மனைவிக்குள் ஒருவரின் தோல்வி இருவரின் வாழ்க்கையையும் தோற்கும்படி செய்துவிடும். உறவுகள் எளிதாய் முறிந்துவிடுகின்றன. அவர்கள் உணர்ச்சி வசப்படுகிற நிலையில். முரண்பாடுகள் தொடர்ந்தால் முடிவில் மணமுறிவுதானே. அவர்களுடைய மணவாழ்க்கை அப்போது படுதோல்வியை அடைந்துவிடும்.

சி.எஸ். தேவநாதன்

எதையும் பேசித்தீர்க்க முடியும். முரண்படும் நிலைகளைத் தவிர்த்து, தங்களிடையே ஒத்த கருத்துகளை அவர்கள் உருவாக்கிக் கொள்ளலாம். வாழ்க்கையில் சமரசம் என்பது சிலவற்றை விடுவதற்கும், சிலவற்றை ஏற்பதற்கும் தயாராயிருப்பதுதான்.

கீழ்க்கண்ட சாத்தியங்கள் உங்கள் மணவாழ்வின் வெற்றிக்குக் கட்டாயம் உதவக்கூடும்.

உங்கள் வாழ்க்கைத்துணையுடன் கலந்தாலோசியுங்கள், முடிவெடுக்கும் அதிகாரத்தை அவருடன் பகிர்ந்து கொள்ளுங்கள்.

உங்கள் குறிக்கோள்களை அடையும் முயற்சியில் மனைவியின் பங்களிப்பையும் ஏற்றிடுங்கள்.

பிரச்சனைகள், நெருக்கடிகளின்போது இருவரும் சேர்ந்து விவாதிப்பது நல்லது.

மனைவியின் முயற்சிகளில் கைகொடுங்கள். அவ்ருடைய எண்ணங்கள், உணர்வுகள், விருப்பங்கள், ரசனைகள் இவற்றை மதியுங்கள்.

வருவாய் ஈட்டுவது மட்டுமே தன்னுடைய வேலை, மனைவி நிதி நிர்வாகம் செய்யட்டும் என்று சிலர் இருந்து விடுகிறார்கள். சிலரோ பணத்தை மனைவியின் கண்ணில்கூட காட்டுவதில்லை. இரண்டுமே தவறு. இருவரும் ஒன்றாகவே எவ்வளவு செலவு செய்வது, எந்தெந்த இனங்களுக்கு எவ்வளவு ஒதுக்குவது, எவ்வெவற்றில் முதலீடு செய்வது, சேமிப்பது என்பதைத் தீர்மானித்துக் கொள்ள வேண்டும்.

தன் இதயத்திலேயே அன்பை மூடி மறைத்திருப்பதால் எந்தப் பயனுமில்லை. இருவரும் தனித்திருக்கும் சந்தர்ப்பங்களில் எல்லாம் கன்னத்தில் தட்டுவது, கைகளைப் பிணைத்துக் கொள்வது, முத்தமிடுவது, ஆரத்தழுவிக் கொள்வது என்று அன்பை வெளிப்படுத்திக் கொண்டே யிருக்கலாம்.

பிறந்தநாள், மணநாள் போன்ற இனிய தருணங்களில் வாழ்க்கைத் துணைக்குப் பரிசு வழங்கி, வாழ்த்துக்களை பரிமாறிக் கொள்ளலாம்.

கணவன் உள்ளூரில் இருந்தாலும், வெளியூரில் தங்க நேர்ந்தாலும் தொடர்ந்து மனைவியுடன் தகவல் தொடர்பில் இருப்பது நல்லது.

பெரும்பாலான வீடுகளில் கணவன் மனைவி இருவருமே வேலைக்குப் போகிறவர்களாக இருப்பார்கள். தங்கள் பணி சார்ந்த

அனுபவங்களை தங்களுக்குள் அவர்கள் பகிர்ந்து கொள்வது முக்கியம். அது பிரச்சனைகளுக்குத் தீர்வு காண்பது, முடிவெடுப்பது, வளர்ச்சிக்கான திட்டம் இவற்றில் உதவும்.

அவர்கள் தனித்திருக்கும் நேரங்கள் பிரச்சனைகளை ஆராய் வதற்கும், தங்களுக்குள் எழும் கருத்து வேற்றுமைகளைப் போக்கிக் கொள்ளவும், தங்களிடையேயான நெருக்கத்தை அதிகரித்துக் கொள்ளவும் உதவும்.

இருவரும் ஒருவருக்கொருவர் உண்மையாக இருக்க வேண்டும். ஒருவரை மற்றவர் சந்தேகப்படக்கூடாது. சந்தேக அடிப்படையில் கேள்விகள் எழுப்பக்கூடாது.கணவனோ மனைவியோ அலுவலகத்தில் இருந்து வீடு திரும்புவதில் சமயத்தில் தாமதம் ஏற்படலாம், தாமதத்துக்கு நியாயமான காரணங்கள் இருக்கக்கூடும்.

சிலருடைய முகங்களில் நிஜமான துயரத்தையும், பலருடைய முகங்களில் பொய்யான மகிழ்ச்சியையும் காணமுடிகிறது.

'மண்ணின் தன்மைக்கேற்பவே
நீரின் ருசியிருக்கும்.
உண்மை மகிழ்ச்சி உள்ளே இருந்தாலல்லவா
அவர்கள் அன்பை வெளிக்காட்ட முடியும்!'

ஆனால், சிலரால் மட்டும் எப்போதும் சிரித்த முகத்துடன், கனிவாகப் பேசி, கம்பீரமாய் இருக்க முடிகிறது. எந்த நிலையிலும் அவர்கள் அமைதிக்குலைவுக்கு உள்ளாவதில்லை. மணவாழ்வில் வெற்றிபெற்றவர்க்கே அது சாத்தியம்.

இவர்கள் இப்படி

கணவனின் சுயநலம் மனைவியின் மனநலத்தைக் கண்டிப்பாய் பாதித்துவிடும். காலைச் சிற்றுண்டி சற்றே தாமதமானாலும் அதைப் பெரிய பிரச்சனையாக்குகிற கணவன், இரவில் படுக்கையறையில், 'அன்பே! உன்னை எனது உயிருக்குயிராய் நேசிக்கிறேன்' என்பது பலனளிக்காது.

நேசம் முக்கியம். அதைவிட முக்கியம் நேசிப்பவரின் விருப்பு, வெறுப்புகளைப் புரிந்து நடப்பது.

தனக்கு உடல்நலமில்லாதபோது இருபத்தி நாலு மணிநேரமும் மனைவியின் பணிவிடையை எதிர்பார்க்கிற கணவன், அவள்

நோய்வாய்ப்படுகிறபோது, அவளை மருத்துவரிடம் அழைத்துப் போவதோடு தன்னுடைய கடமை முடிந்துவிட்டதாய் இருந்து கொள்வான். அவளுக்குப் பணிவிடை செய்ய முன்வர மாட்டான். அவளைவிடவும் தன்னுடைய செயல்திட்டமே (Schedule) அவனுக்குப் பெரிதாய் தெரியும்.

கணவர் எரிச்சலடையவும், மனைவி ஏமாற்றமடையவும் எத்தனையோ சந்தர்ப்பங்கள். அதையெல்லாம் கடந்துதான் மணவாழ்வில் வெற்றிபெற வேண்டியிருக்கும்.

ஊகங்களுக்கு இடமளிக்காமல், கணவன் மனைவி இருவரும் வெளிப்படையாக நடந்துகொள்வது நல்லது.

'உண்மைக்காதல் குறைகாணாது
குற்றம் சொல்லாது, ஏனென்றால்
அது குற்றம் குறை இல்லாதது, எதையும்
உள்ளது உள்ளபடியே காண்பது'

சரியாகப் புரிந்து கொள்ளாததற்கும், தவறாகப் புரிந்துகொள் வதற்கும் அதிக வேறுபாடில்லை. இரண்டுமே வீண் கவலைக்கும், ஏமாற்றத்துக்கும் இடமளிக்கும். அரைகுறையாய் கேட்டுக்கொண்டு, அவசரமாய் முடிவெடுத்து விடக்கூடாது.

வாழ்க்கை கண்ணுக்குத் தெரிகிற (தெரியாத) மாற்றங்களைக் கொண்டுவரும். மாற்றங்கள் தவிர்க்க முடியாதவை. மாற்றத்தை ஏற்பவர்கள் வாழ்க்கையோடு எளிதாய் பொருந்திக்கொண்டு விடுகிறார்கள். நேர்மறை மனோபாவம் உடையவர்கள் எப்போதுமே மாறத் தயாராயிருப்பார்கள். கணவன் மனைவி இருவரும் தங்கள் உறவைப் பாதிக்காத வகையில், குடும்ப நலனைக் கருத்தில் கொண்டு மாற்றங்களை வரவேற்றுக் கொள்ளலாம். தங்கள் மனதையும் வாழ்வையும் புதுப்பிக்கும் காதல் உறுதியாயிருக்கும்போது மாற்றங்களை (விரும்பத்தகாததாய் இருப்பினும்) எண்ணிக் கலங்க வேண்டியதில்லை.

மணவாழ்வின் வெற்றிக்கு ஒருவரையொருவர் நேசிப்பதும், ஒருவர்மீது மற்றவர் நம்பிக்கை கொண்டிருப்பதும் முக்கியம்.

தன்னுடைய தவறுகளுக்கு மனைவியைப் பொறுப்பாக்கக் கூடாது. தன்னுடைய தோல்விகளுக்கு மனைவிமீது பழிபோடுவதும் கூடாது.

கணவன் அறிந்தோ அறியாமலோ மனைவிக்கு ஏமாற்றத்தைத் தந்திருப்பான். அவளுடைய மனதைப் புண்படுத்தியிருப்பான். அது

அவளுக்கு சீற்றத்தை உண்டுபண்ணாதபடிக்கு அவளிடம் உடனுக்குடன் மன்னிப்பு கேட்டுவிடுவது நல்ல விளைவை உண்டுபண்ணும். அதேபோன்று மனைவி தவறு செய்திருந்தாலும் தயங்காமல் அவளை மன்னித்துவிட வேண்டும்.

'மன்னிப்பு அழுக்கற்றும், சினமகற்றும்
அழுக்காறு, பகைமை இவற்றுக்கு
இடமளிக்காது, மனத்தடைகளை
எளிதாய் கடக்கச் செய்யும்'

உங்கள் வாழ்க்கைத் துணையை நீங்கள் மகிழ்ச்சியாக இருக்கச் செய்தால்தான் நீங்களும் மகிழ்ச்சியாக இருக்கமுடியும்.

மணவாழ்வின் வெற்றி, 'நான் மகிழ்ச்சியாக இருக்கிறேன்' என்று சொல்ல முடிவதில் இருக்கிறது.

சி.எஸ். தேவநாதன்

குறிப்புகளுக்காக...